உழவர் தொழிலதிபர்

உழவர்கள் உலகை ஆளும் நெறி

விதை

சந்தோஷ் லட்சுமணன்

தமிழில்: காவிலோரை ச. சீனிவாசன்

notionpress.com

INDIA • SINGAPORE • MALAYSIA

ISBN
Paperback 979-8-90479-574-0
Hardcase 979-8-90540-994-3

அர்ப்பணிப்பு

உழவர்களுக்கு

உள்ளடக்கம்

பகுதி III **நகர்வு**

முன்னுரை

உழவர்களின் அன்றாட மற்றும் பொருளாதாரப் பிரச்சனைகள் குறித்து நான் எப்போதுமே அறிந்திருந்தேன். ஆனால், அவற்றின் தீவிரத்தை 2000 மற்றும் 2001-ஆம் ஆண்டுகளில்தான் என்னால் ஆழமாக உணர முடிந்தது. அப்போது கல்லூரியில் படித்துக்கொண்டிருந்த நான், 'தி இந்து'(The Hindu) பத்திரிகையைப் படிப்பதற்காகத் தினமும் நூலகத்திற்குச் செல்வதுண்டு. அதன் தலையங்கப் (editorial) பக்கங்களைப் படிக்கும்போது, குறிப்பாக கிராமப்புற விவகாரங்கள் குறித்த பத்திரிகையாளர் பி. சாய்நாத் எழுதிய கட்டுரைகளைப் படிக்கும்போது, இதயத்தில் ஏற்படும் மரத்துப்போன உணர்வை என்னால் உணர முடிந்தது. அந்த மரத்துப்போன உணர்வின் விளைவே இந்தப் புத்தகம். அன்றிலிருந்து என் வாழ்நாள் முழுவதும் உழவர்களின் வேதனையையும் கையறுநிலையையும் ஆழமாக உணர்ந்தே நகர்கிறது.

2014-ஆம் ஆண்டின் இறுதியில் நான் இந்தப் பயணத்தைத் தொடங்கி பத்து ஆண்டுகளுக்கு மேல் ஆகிறது. இந்தக் காலத்தில் பல அனுபவங்களும் படிப்பினைகளும் கிடைத்தன; அவற்றில் எனக்கு மிக முக்கியமானது, சமூகத்திற்கான ஒரு பெரும் வாய்ப்பு

என் கண்முன்னே வெளிப்பட்டதுதான். ஆரம்பத்தில், அந்த வாய்ப்பு உழவர்களின் வாழ்க்கையை எளிதாக சகித்துக்கொள்ளக்கூடியதாகவும், வசதியானதாகவும், மகிழ்ச்சியானதாகவும் மாற்றுவதற்கே போதுமானதாகத் தோன்றியது.

ஆனால் படிப்படியாக அது வளர்ந்து, விவசாயம் மற்றும் அதனைச் சார்ந்த துறைகளைத் தாண்டி வர்த்தகம் முதல் சமூகநீதி வரை பல துறைகளுக்கும் விரிவடைந்தது.

'இந்த உலகில் நீ காண விரும்பும் மாற்றத்தின் உருவமாக நீயே மாறிவிடு' என்ற மகாத்மா காந்தியின் சிந்தனைக்கிணங்க, ஒரு உழவராகவும் தொழில்முனைவோராகவும் இருப்பது எப்படி என்பதைப் புரிந்துகொள்ள நான் ஆயத்தமானேன். அன்று முதல் இன்று வரை காலங்கள் பல கடந்துவிட்டன. என் முயற்சிகள் தனிப்பட்ட அளவில் அபாரமான வெற்றியையும் மனநிறைவையும் அளித்தபோதிலும், சமூக அளவில் (என் சொந்த மாவட்ட அளவில்) அவை போதுமானதாக இல்லை. கவனமாக வடிவமைக்கப்பட்ட குறைந்தபட்ச சாத்தியமான தயாரிப்புகளாக (Minimum Viable Products) இருந்த அந்த முயற்சிகள், தங்களின் நோக்கங்களை அடைவதில் வெற்றி பெற்றன; கோட்பாடுகள் முழுமையாகச் சோதிக்கப்பட்டு, சரியானவை என நிரூபிக்கப்பட்டன. ஆனால், சமூக மாற்றத்திற்கான நகர்வு முழுவடிவம் பெறவில்லை - சமூக தீர்வுகள் ஒருவரின் முயற்சியில் நீண்ட காலம் செல்ல முடியாது. அடுத்த கட்டமாக, 'உழவர் தொழிலதிபர்' என்ற இந்தத் தொலைநோக்குப் பார்வையை உலகிற்கு எடுத்துச்

சென்று, பிரபஞ்சத்தின் ஆற்றல்களை உள்வாங்கி அதன் முழுமையான திறனை சமூகமே நனவாக்க வேண்டும் என்பதே இந்த முயற்சியின் அடுத்த இலக்காகும்.

ஆனால், எழுதப்பட வேண்டிய விஷயங்கள் ஏராளமாக உள்ளன; அவை அனைத்தையும் ஒரே நீண்ட புத்தகத்தில் எழுதுவது வாசிப்போர்க்கு புரிதலை கடினமாக்கக்கூடும். இந்தப் புத்தகமும் அதன் உள்ளடக்கங்களும் பயனுள்ளவையாகவோ அல்லது நடைமுறைக்கு உகந்தவையாகவோ கருதப்படுமா, அது விரும்பிய மாற்றத்தை ஏற்படுத்துமா, அது உழவர் மற்றும் பரந்த சமூகத்துடன் ஒத்துப் போகுமா என்பது குறித்தும் பல ஐயங்கள் உள்ளன. இருப்பினும், அதை உலகிற்கு வெளியிடாமல் இருக்க என்னால் முடியவில்லை. ஏனெனில், அந்த வாய்ப்பு சமூகத்திற்கு மிகவும் முக்கியமானதாகத் தோன்றுகிறது. எனவே, நான் அந்தப் பெருநூலைப் பிரித்தேன்.

தொகுதி-1 (விதை) 'உழவர் தொழிலதிபர்' என்ற முழு கட்டமைப்பிற்கும், சிந்தனைக்குமான ஒரு அறிமுகம். அந்த விதை வேரூன்றி வளரும் என்று நான் நம்புகிறேன்.

தொகுதி-2 (மலர்) மற்றும் தொகுதி-3 (கனி) இதைத் தொடர்ந்து வரலாம்.

ஒரு விவசாயியின் வாழ்க்கையைப் பொறுத்தவரை, என்னவெல்லாம் சாத்தியமாகும் என்பது குறித்த ஒரு புதிய குறிப்புச் சட்டகத்தை (frame of reference) அமைப்பதே முதல் தொகுதியின் நோக்கமாகும். அது தற்போதைய சூழ்நிலையை எடுத்துக்கொண்டு,

அதில் உள்ள பலவீனமான அம்சங்களை வலுவான அம்சங்களால் மாற்றுவதை நோக்கமாகக் கொண்டிருக்கவில்லை. ஆனால், இந்தப் புதிய கண்ணோட்டம் முதலில் கடினமாகத் தோன்றினாலும், தற்போதைய சூழ்நிலையை மாற்றியமைக்க அதை புரிந்துகொள்வதும் நடைமுறைப்படுத்துவதும் உண்மையில் மிகவும் எளிதானது.

முதல் தொகுதிக்கு நல்ல வரவேற்பு கிடைத்தால், இரண்டாம் தொகுதியை எழுத எனக்கு உத்வேகம் கிடைக்கும். அது, அடித்தள மட்டத்தில் இருந்து இந்த தொலைநோக்குப் பார்வையை எவ்வாறு நனவாக்கலாம் என்பதற்கான ஒரு முழுமையான செயல்முறை விளக்கமாக இருக்கும். தொகுதி-2 உயிர்பெறும் பட்சத்தில், அதற்குமுன் சிறிதளவு நகர்வு இத்திசையில் உழவர் சமூகம் மேற்கொண்டிருக்கும் என்று நான் உறுதியாக நம்புகிறேன். தொகுதி-3, பொருளாதாரச் செல்வத்தை உருவாக்குதல், இயற்கை வளத்தைப் பாதுகாத்தல் மற்றும் கலாச்சாரச் செல்வத்தைப் பேணுதல் ஆகியவற்றின் ஆணிவேர் உழவரிடமே உறுதியாகவும், நிலையாகவும் நிலைத்திருக்கும் ஒரு எதிர்காலத்தைச் சித்தரிக்கும்.

இந்தப் புத்தகம் நேற்றைய, இன்றைய மற்றும் நாளைய உழவர்களுக்கானது. இது வேளாண்மை மற்றும் கிராமப்புறச் சூழல் அமைப்புகளில் ஆர்வம் கொண்டவர்களுக்கும் உரியது. மேலும், சுற்றுச்சூழல் மற்றும் நமது சமூக அமைப்புகளின் நீடித்த நிலைத்தன்மையில் ஆர்வம் கொண்டவர்களுக்கும் இந்தப் புத்தகம் பயனளிக்கக் கூடியதாகும். இது

கொள்கை வகுப்பாளர்களுக்கும், உழவர்களின் நலன் விரும்பிகளுக்கும் உரியது.

சந்தோஷ் லட்சுமணன்

24 ஜூன், 2026

www.TheFarmerEntrepreneur.org

நன்றியறிதல்

இந்த நீண்ட, சோர்வான மற்றும் உணர்ச்சிப் பெருக்கு நிறைந்த பயணத்தில், எனக்கு அறிவுரை கூறி, உதவி செய்து, என்னை ஊக்குவித்தவர்கள் பலர் உள்ளனர். குறிப்பாக, இயற்கை விவசாயத்தில் முன்னோடியாகத் திகழும் சோலூர் கிராமத்தைச் சேர்ந்த ஜெயகுமார் அவர்களின் ஆதரவிற்கும் கருணைக்கும், பல தடங்கல்களைக் கடக்க எனக்கு உதவிய பொரோரெ சகோதரர்களான சுரேஷ் மற்றும் பிரபு நஞ்சன் அவர்களின் தொழில்முனைவு ஆலோசனைகளுக்கும், இந்த முயற்சியின் ஆரம்ப கட்டங்களில்பலஏற்பாடுகளில்கீழ்குந்தாகிராமத்தைச் சேர்ந்த பெள்ளியப்பன் அவர்களின் உதவிக்கும், பல மாதங்களாக அனைத்து விற்பனை மற்றும் பில்லிங் நடவடிக்கைகளையும் ஆர்வத்துடன் கையாண்ட என் கிராமத்து(பைகமந்து) சகோதரர்களின் உதவிக்கும், பல உத்திகளையும் செயல்பாடுகளையும் கேட்டறிந்து ஆழ்ந்த சிந்தனையைத் தூண்டிய விக்னேஷ் சங்கர் அவர்களின் சொல்லாடல்களும், உறுதியான ஆதரவையும் அறிவுரையையும் வழங்கிய சுதிப்தா தாஸ் அவர்களின் உதவிக்கும், தங்கள் பணியில் அர்ப்பணிப்புடன் செயல்பட்ட என் முன்னாள் ஊழியர்களின் கடமையுணர்விற்கும் - என்

நன்றியையும் வாழ்த்துக்களையும் கூற கடமைப்பட்டுள்ளேன். இந்த நூலை தன் சீரிய சமூக சிந்தனையோடு தமிழாக்கம் செய்த காவிலோரை கிராமத்தைச் சேர்ந்த சீனிவாசன் அவர்களுக்கு எனது மனமார்ந்த நன்றி. என் இளவல் ஜெகதீஷ் அவர்களின் தளராத ஆதரவு மட்டும் இல்லையென்றால், இந்த பயணத்தை நான் எப்போதோ கைவிட்டிருப்பேன்.

பகுதி I

கூறுகள், உள்ளீடுகள்

அத்தியாயம் 01

தற்போதைய நிலை

'உழவர்கள் உலகை ஆளும் நெறி' என்ற வாக்கியத்தைப் படிக்கும்போது ஒருவரின் ஆர்வம் தூண்டப்படலாம். உழவர்களின் சமூக எதிர்காலம் நம்பிக்கையளிப்பதாக இல்லை. உழவர்கள் பெரும்பாலும் ஏழைகள் என்றும், தங்கள் அன்றாடத் தேவைகளைப் பூர்த்தி செய்ய மிகவும் கடினமாக உழைக்க வேண்டியுள்ளது என்றும், அரசாங்கங்களும் கொள்கை வகுப்பாளர்களும் வழங்கவிருக்கும் அற்புதமான நவீன உலகில் பங்கேற்க அவர்களுக்கு வாய்ப்பில்லை என்றும் ஒரு பொதுவான பிம்பம் உள்ளது. எனவே, உழவர் அல்லாத சாமானிய மனிதன் உழவர் சம்பந்தப்பட்ட எதையும் (உணவைத் தவிர) கண்டுகொள்ளாமல் தன்னைத்தானே குருடாக்கிக் கொள்கிறான்.

அது எப்படியிருந்தாலும் உணவென்பது உழவர்களின் உழைப்பிலிருந்துதான் வர வேண்டும். அதனால்தான் சாமானிய மனிதன் உழவர்களின் நலனில் சிறிதளவு அக்கறை காட்டுகிறான். சில சமயங்களில் (உதாரணமாக, சில போராட்டங்களில்) அவர்களோடு தோள்சேர்ந்து நிற்கிறான். உழவர்களின் வாழ்க்கையைப் பற்றி அவனுக்கு இருக்கும் எண்ணம்

நிச்சயமாகச் சாதகமானதாக இல்லை. எனவே, விவசாயம் சாராத ஒரு வேலையைப் பெறுவதற்காகக் கடினமாக உழைக்கிறான். மேலும் முக்கியமாக, தன் பிள்ளைகளுக்கும் ஒரு “நல்ல” வேலை கிடைக்க வேண்டும் என்பதற்காக அவர்களைப் படிக்க வைக்கிறான். இன்றைய சூழலில், சாமானிய மனிதனை விட உழவர்களே இந்தக் கொள்கையை அதிகமாக ஏற்றுக் கொள்கிறார்கள். உழவர்களுக்கு விவசாயத்தில் எதிர்காலம் இல்லை; அவர்களுடைய சூழ்நிலை விவசாயத்தை விட்டு வெளியேற அனுமதிக்காததாலேயே தொடர்ந்து விவசாயம் செய்கிறார்கள்; ஒருவேளை சிறிய, நிலையான வருமானத்துடன் விவசாயத்தை விட்டு வெளியேற ஒரு வாய்ப்பு கிடைத்தால், அதை அவர்கள் இரு கைகளாலும் பற்றிக்கொள்ளக்கூடும்.

இந்த நிலை, உலகை ஆளும் நிலையிலிருந்து வெகு தொலைவில் உள்ளது என்பதை ஒப்புக்கொண்டே ஆகவேண்டும்.

அத்தியாயம் 02

இலக்கு

உழுதுண்டு வாழ்வாரே வாழ்வார் மற்றெல்லாம்
தொழுதுண்டு பின்செல் பவர்

இது, இரண்டாயிரம் ஆண்டுகளுக்கு முன்பு தெய்வப்புலவர், திருவள்ளுவரால் எழுதப்பட்ட திருக்குறளில் உள்ள ஒரு குறள். நிலத்தை உழுது, தனக்கான உணவைத் தானே விளைவிப்பவனே உண்மையான சுதந்திரத்துடன் வாழ்பவன் என்றும், மற்றவர்கள் அனைவரும் அவலமான வாழ்க்கையையும், எப்போதும் பிறரைச் சார்ந்தே வாழும் நிர்பந்தத்தையும் அது குறிக்கிறது. தற்போதைய நிலையோ அந்த சுதந்திரம் மற்றும் அதிகார உணர்விற்கு முற்றிலும் முரணாக உள்ளது. இந்தப் பிரச்சனைகளைத் தீர்க்கக்கூடிய அனைத்து நடவடிக்கைகளையும் அரசாங்கங்கள் எடுப்பதாகவும், உழவர்களின் நலனுக்கு குடிமைச் சமூகம் உறுதுணையாக இருப்பதாகவும் தெரிகிறது. ஆனால், உழவர்களின் கடன் சுமை மற்றும் தற்கொலைகள் குறித்த செய்திகள் நீண்ட காலமாக முக்கியத்துவம் பெற்று, பின்னர் புதுமை இல்லாத காரணங்களால் பின்னுக்குத் தள்ளப்படுகின்றன; பிரச்சனைகள் தடையின்றி வளர்ந்து கொண்டே இருக்கின்றன.

விவசாய உற்பத்தி, தொழில்முனைவு மற்றும் அது தொடர்பான துறைகளில், ஒரு குறிப்பிட்ட புவியியல் பகுதிக்குள் பத்து ஆண்டுகளுக்கும் மேலாக இந்தப் பிரச்சனைகளை ஆராய்ந்து, பல்வேறு மாதிரிகளையும் (models), தீர்வுகளையும் சோதித்து, பயன்படுத்திய பிறகு, உழவர்களின் துயரங்களுக்கான தீர்வுகள் அவர்களின் கட்டுப்பாட்டிலேயே உள்ளன என்பது நிரூபணம் ஆயிற்று. உழவர்கள் தங்களின் நிதிப் பிரச்சினைகளைத் தீர்த்துக் கொள்வது மட்டுமல்லாமல், அவர்களால் இன்னும் பலவற்றையும் சாதிக்க முடியும். உழவர்கள் நாட்டின் பொருளாதாரத்தின் ஒவ்வொரு நெம்புகோலையும் கட்டுப்படுத்த முடியும். அதன் மூலம் அனைத்துத் தரப்பு மக்களுக்கும், குறிப்பாக நலிந்தவர்களுக்கு, நீதியையும், வாய்ப்புகளையும் வழங்க முடியும்.

இது எப்படி சாத்தியம்? உழவர்களை அந்தத் திசையில் கொண்டு செல்ல சில அடிப்படை கொள்கைகள் அல்லது கோட்பாடுகள் (principles) உள்ளன; எப்போதும் நினைவில் கொள்ள வேண்டிய கவனக்குவியம் (focus areas) உள்ளது; அந்த இலக்கை அடைய ஒரு கட்டமைப்புடன் கூடிய வழிமுறையும் (method) உள்ளது.

அத்தியாயம் 03

கொள்கைகள்

நான்கு அடிப்படைக் கொள்கைகளை நாம் உள்வாங்கவேண்டும்.

கொள்கை 1: உழவர்களின் தலைவிதியை உழவர்களால் மட்டுமே மாற்ற முடியும். வேறு யாராலும் மாற்ற இயலாது.

இதுவே மிக முக்கியமான கொள்கையாகும். இன்று பெரும்பாலான உழவர்கள் தங்கள் அன்றாடப் பணிகளை மேற்கொள்ளும்போது, மற்ற பங்கேற்பாளர்களிடமிருந்து பல சூழ்நிலைகளில் நேரடியாகவோ, மறைமுகமாகவோ உதவிக்கரம் நீட்டியே ஆகவேண்டும் என்று நினைக்கிறார்கள். உழவர்களுக்கும் மற்ற பங்கேற்பாளர்களுக்கும் (உதாரணமாக கூட்டுறவு வங்கி ஊழியர்கள், சந்தை நடத்துவோர்) இடையே நிலவிய 'உழவரை நம்பித்தான் அவர்கள் வாழ்கிறார்கள்' என்ற சொல்லப்படாத விதி மாறி இன்று 'பிறரை நம்பித்தான் உழவர்கள் வாழ்கிறார்கள்' என்ற தற்சார்பற்ற அவல நிலை உருவாகியுள்ளது. உழவர்களுக்காகத்தான் இந்த அமைப்புகள் உருவாக்கப்பட்டன என்பதை நாம் மறந்துவிட்டோம். அதேபோல், உழவர் தொடர்பு கொள்ளும் மற்ற பலரும், ஒரு விவசாயியை

அவர்களது பணியின்/வணிகத்தின் தகுதியற்ற பயனாளியாகவே கருதுகின்றனர்.

அது அவர்களின் பணி/தொழில். ஆனால் தொழிலில் அவர்கள் மேற்கொள்ளும் செயல்களைப் பற்றி ஒரு விஷயத்தை நினைவில் கொள்ள வேண்டும் - உழவர்தான் பொருளாதார இயந்திரத்தின் எரிபொருள். இந்தப் பரிவர்த்தனைகளில் அவர்தான் ஒரே அத்தியாவசியமான நபர்; அவர் இல்லையேல் மற்ற எவரும் இல்லை.

ஆனால் அனைவரைக் காட்டிலும், உழவரே இதை நம்பத் தயங்குகிறார். பெரிய மாற்றங்களை ஏற்படுத்துவதற்கு தாம் சரியான நபர் அல்ல என்று அவர் நினைக்கிறார். உழவர்கள் தங்களைத் தவிர மற்ற அனைவரையும் சார்ந்திருக்கிறார்கள். உழவர்களுள் இந்த அவநம்பிக்கை நீடிக்கும் வரை, தற்போதைய நிலையை மாற்றுவது கடினம். எதிர் தரப்பினர் தங்களுக்குச் சேவை செய்யவே இருக்கிறார்கள் என்பதையும், தங்கள் அதிகாரத்தை தாமே மீட்க வேண்டும் என்பதையும் உழவர்கள் புரிந்து கொள்ள வேண்டும்.

உழவர்கள் ஒரு பெருமைமிக்க இனம். கனத்த இதயத்துடனேயே வழிவேறில்லை என்றெண்ணி இந்தப் பரிவர்த்தனைகளின் மறுமுனையில் கைகட்டி நிற்கிறார்கள். தங்கள் விதியை மாற்றும் சக்தி அவர்களிடம் மட்டுமே உள்ளது.

இரவார் இரப்பார்க்கொன்று ஈவர் கரவாது
கைசெய்தூண் மாலை யவர்

பொருள்:

விவசாயம் செய்து அதில் கிடைக்கும் ஊதியத்தைக் கொண்டு வாழும் இயல்புடையவர்கள், பிறரிடம் சென்று எதையும் யாசிக்க மாட்டார்கள். அதேசமயம், தன்னிடம் வந்து உதவி கேட்பவர்களுக்கு ஒளிவுமறைவு இல்லாமல் தாராளமாக வழங்குவார்கள்.

கொள்கை 2: உழவர்கள் சிறந்த முடிவெடுப்பவர்கள். கடுமையான நெருக்கடிகள் இருந்தாலும், அவர்கள் ஒவ்வொரு நாளும் சிறந்த முடிவுகளை எடுக்கிறார்கள்.

உறுதியான, கடினமான மற்றும் சரியான முடிவுகளை எடுப்பது சிறந்த தொழில்முனைவோரின் தனிச்சிறப்பாகும். அதை உழவர்கள் பன்னெடுங்காலமாகச் செய்து வருகிறார்கள். அது பொருட்களின் விலை ஏற்ற இறக்கத்துடன் இருக்கும்போது அறுவடை செய்யும் முடிவானாலும் சரி, பல்வேறு காரணிகளின் அடிப்படையில் விதைப்பதற்குத் தயாராகும் முடிவானாலும் சரி, அல்லது குழந்தைகளின் கல்வி அல்லது திருமணச் செலவுகளைச் சமாளிக்க நிலத்தையும் கால்நடைகளையும் விற்பதாக இருந்தாலும் சரி, தனது தொழிலின் தன்மையால் உழவர் தினமும் கடினமான முடிவுகளை வியர்வை சிந்தாமல் எடுக்கும் திறனைப் பெற்றிருக்கிறார். விதைத்தலும், காத்தலும், நல்ல விளைச்சலை எடுப்பதுவும் ஒரு குறுகிய பின்னூட்டச் சுழற்சியாக (feedback loop) இருப்பதாலும், அவற்றை

பலமுறை எடுக்கவேண்டியுள்ளதாலும், முடிவுகள் மேன்மையுறுகின்றன.

அப்படியிருக்க, உழவர்கள் ஏன் இவ்வளவு மோசமான நிலையை அடைந்துள்ளனர்? உலகப் பொருளாதாரமும், நாட்டின் பொருளாதாரமும் உலகமயமாவதாலும், தொழில்நுட்ப வளர்ச்சியாலும், மற்றும் பிற காரணிகளாலும் மெதுவாக மாறிக்கொண்டே இருக்கின்றன; ஆனால் உழவர்களுக்கு ஒன்றும் தென்படுவதில்லை. அடுப்பில் வைக்கப்பட்ட தண்ணீர் நிறைந்த பாத்திரத்தில் இருக்கும் தவளையின் கதையை நினைவுகூருங்கள். நீரின் வெப்பம் மெதுவாக உயர்ந்து அது கொதிக்கும் வரை தவளைக்கு அதைப் புரிந்துகொள்ள முடிவதில்லை. அதுபோல் உழவர்க்கு இன்றைய நிலையைக் கையாள்வதற்கான திறனும், பிடியும் கிட்டவில்லை.

வணிக உலகின் சூழலும் அதே வேகத்தில் தொடர்ந்து மாறிக்கொண்டே இருக்கிறது. 50 ஆண்டுகளுக்கு முன்பு உலகளவில் முன்னணி 500 நிறுவனங்களின் பட்டியலில் இருந்த பல நிறுவனங்கள் இன்று அந்தப் பட்டியலில் இல்லை. கோடிக்கணக்கான டாலர்களை இறைத்து தொழில்முறை (professional) ரீதியாக நடத்தப்படும் நிறுவனங்களுக்கே இப்படியான நிலை என்றால், சிறு விவசாயியின் நிலை பற்றி என்ன சொல்வது? இதனுடன் இன்று பெரிய மூலதனத்தின் (big capital) அதிகாரமும், முதலைப்பிடியும் சேர்கின்றன. உற்பத்திக்கான உள்ளீட்டு செலவுகள் மிகவும் அதிகரித்துவிட்டன;

தொழிலாளர் செலவு உயர்ந்துள்ளது, அவர்களை நிர்வகிப்பதும் கடினமாகியுள்ளது; மேலும் பணவீக்கமும் செலவுகளும் கருத்தில் கொள்ளும்போது, பண்ணை வாயில் விலைகள் (farm-gate prices) தொடர்ந்து சரிவிலேயே உள்ளன.

இத்தனை சவால்களுக்கிடையிலும், சிறு விவசாயி தனது திறமையாலும் தன்னம்பிக்கையாலும் இன்னும் இந்தத் தொழிலில் நிலைத்திருக்கிறார். வேளாண் உற்பத்தியில் நேரடியாக பங்குபெறாத பொருளாதார வல்லுநர்கள், பெரும் தொழிலதிபர்கள், தொழில்துறை ஜாம்பவான்கள், தொழில் வல்லுநர்கள் போன்றோர் இத்தகைய ஒரு வணிக நிலையிலிருந்து ஓடிப் போயிருப்பார்கள். ஆனால், ஒரு விவசாயிக்கு இது வெறும் வியாபார பரிவர்த்தனை மட்டும்தானா? அவருடைய நிலம், அவருடைய கலாச்சாரம், அவருடைய மக்கள், அவருடைய காடுகள், அவருடைய கால்நடைகள், அவருடைய குளங்கள் மற்றும் இயற்கைச் சூழல் இவற்றுக்காகவே அவர், தோற்கப்போவது போல் தோன்றினாலும், உறுதியாக நிற்கிறார். இந்தத் தொழிலைக் கைவிடுவதா என்ற கேள்வியை அவர் அடிக்கடி எடைபோடும் கட்டாயத்திற்கு தள்ளப்படுகிறார். நிலைமை தெளிவாகும் என்றோ அல்லது விவசாயம் இன்னும் கொஞ்சம் இலாபகரமாகும் என்றோ அவ்வப்போது நம்புகிறார். சிறிய முடிவுகளிலிருந்து பெரிய, தொலைநோக்குடைய முடிவுகள் வரை, சிறந்த முடிவுகளை எடுப்பதில் உழவர்கள் மற்ற அனைவரையும் விட பல படிகள் முன்னிலையில் உள்ளனர். புதிய உலகத்தைப் புரிந்துகொள்ள அவர்களுக்கு ஒரு சரியான பிடியும்,

வழிகாட்டலும்தான் தேவை. அது கிடைத்தவுடன், அவர்களின் சீர்மிகு முடிவெடுக்கும் திறன் அவர்களை மிக உயர்ந்த நிலைக்கு கொண்டு செல்லும்.

கொள்கை 3: உழவர்கள் முழு பொருளாதாரத்தின் அடித்தளத்தையே கட்டுப்படுத்த முடியும். அவர்கள் இந்தத் திசையில் பயணிக்க ஒரு சிறிய தீப்பொறி போதுமானது.

ஒரு கிராமத்தில் 100 குடும்பங்கள் உள்ளன என்று வைத்துக்கொள்ளுங்கள்; அதில் 70 குடும்பங்கள் முக்கியமாக விவசாயத்தில் ஈடுபட்டுள்ளன. மற்றவர்கள்

தொழில் வல்லுநர்கள், வியாபாரிகள், தொழிலாளர்கள், சேவை வழங்குநர்கள், ஆசிரியர்கள் போன்றோர். உழவர்கள் நன்றாகச் சம்பாதிக்கும்போது, இந்த விவசாயம் சாராதவர்கள் தங்கள் தொழிலில் நல்ல லாபம் ஈட்டுகிறார்கள். உழவர்கள் நஷ்டம் அடையும்போதும், இந்தத் தொழில் வல்லுநர்கள், லாபம் சற்றுக் குறைவாக இருந்தாலும், தொடர்ந்து லாபம் ஈட்டுகிறார்கள். விவசாயம் சாராதவர்களின் அனைத்துப் பிரிவினரும் லாபம் ஈட்டுவதற்காக விவசாய சமூகத்தை முழுமையாகச் சார்ந்துள்ளனர்; எனவே, கிராமத்தின் முழு பொருளாதாரமும் (நாட்டைப் போலவே) விவசாயியைச் சார்ந்துள்ளது. ஆனால், வியாபாரி வழங்கும் உள்ளீடுகளின் தொடர்ந்து அதிகரிக்கும் விலை மற்றும் அதே வேகத்தில் உயராத வருமானம் காரணமாக விவசாயி பணத்தை இழக்கிறார். விவசாயி கடன் கேட்கத் தொடங்குகிறார், மேலும் அவரால் கேட்கக்கூடிய ஒரே நபர்கள் வியாபாரியும் கடன் கொடுப்பவரும்தான், ஏனெனில் அவர்கள்தான் லாபம் ஈட்டுகிறார்கள்.

சில நேரங்களில் விவசாயியால் கடனைத் திருப்பிச் செலுத்த முடிவதில்லை. எனவே, கடன் கொடுப்பவரும் வியாபாரியும் பண்ணையின் உரிமையை எடுத்துக்கொள்கிறார்கள். விவசாயம் சாராதவருக்கான வருமான ஆதாரங்கள் இப்போது அதிகரித்துள்ளன - பண்ணை வாடகை, கடனுக்கான வட்டி மற்றும் அவரது முக்கியத் தொழில். அதே சமயம் விவசாயிக்குத் தொடர்ந்து சுருங்கிவரும் ஒரே ஆதாரம் விவசாயம் மட்டுமே. இந்த வகையான வணிகங்களில் ஒரு விவசாயி நுழைய வேண்டுமெனில், அதற்கான நுழைவுத் தடைகள் (entry barriers) மிகவும் அதிகமாக உள்ளன. அதில் முதலீட்டு தேவைகள், புதிய வாடிக்கையாளர்களைப் பெறுதல், புதிய வணிகத்தைப் புரிந்துகொள்ளுதல், வணிகத்தின் நுணுக்கங்களை அறிதல் போன்றவை அடங்கும்.

ஆனால், அந்தக் கிராமத்தில் உள்ள உழவர்கள் ஒன்றிணைந்து ஒரு தொழிலைத் தொடங்கும்போது, அது தங்களுடைய சொந்தத் தொழில் என்பதால், அவர்கள் அனைவரும் அந்தப் புதிய தொழிலுக்கு விருப்பமுள்ள வாடிக்கையாளர்களாக இருக்க முடியும். நிச்சயமாக, அந்தத் தொழிலை, விவசாயம் சாராத ஒரு வியாபாரி நடத்துவது போலவே நடத்த வேண்டும். சமாளிக்கக்கூடிய வேறு சில தடைகளும் உள்ளன, ஆனால் தொழிலைத் தொடங்கிய முதல் நாளிலிருந்தே பெருமளவில் நுகர்வோர் இருப்பதால் பெருமளவில் பரிவர்த்தனைகள் நடைபெறும். வேறு எந்தப் பெரிய மக்கள் பிரிவினருக்கு இந்த நன்மை இருக்கிறது? வேறு சில நடைமுறை சிக்கல்கள் இருந்தாலும், தொழிலை முதல் நாளிலிருந்தே லாபகரமாகத் தொடங்க முடியும்.

கொள்கை 4: தற்சார்பு சிந்தனையே முன்னேற்றத்திற்கான வழி.

பொருளியலில், உற்பத்தியின் நான்கு காரணிகள் நிலம், உழைப்பு, மூலதனம் மற்றும் அமைப்பு ஆகும். இந்தக் காரணிகளைக் கட்டுப்படுத்துபவர்களே உலகில் அதிகபட்ச செல்வத்தை அனுபவிப்பார்கள் என்பதே பரவலாக ஏற்றுக்கொள்ளப்பட்ட ஞானமும், உண்மையும் ஆகும். மேலும், எந்தவொரு தனிநபரும் பெரும் செல்வத்தை உருவாக்கியதில்லை. அவரிடம் இந்தக் காரணிகளில் ஒன்று இருந்தால், செல்வத்தை உருவாக்குவதற்கான மற்ற காரணிகளைக் கொண்டவர்களுடன் இனணந்து செயல்படுகிறார். அவ்வாறு உருவாக்கப்பட்ட புதுச் செல்வம்/ இலாபம், அந்தக் காரணிகளைக் கொண்டு வந்தவர்களிடையே பின்னர் பகிர்ந்தளிக்கப்படுகிறது.

நவீன காலத்தில், உழவர்களின் நிலங்கள் அவர்களுக்குப் பெரும்பாலும் சொந்தமானதாகவே இருக்கிறது. பாரம்பரியமாக, உழைப்பு விவசாயியின் சொந்தக் குடும்பத்திலிருந்தும், உறவினரிடத்திலிருந்தும், மற்ற கிராமவாசிகளிடமும் வந்தது. மேலும் அவர் எப்போதும் தனது சொந்த மூலதனத்தையே (கடனாக இருந்தாலும்) பயன்படுத்தினார். எனவே, நிலம், உழைப்பு மற்றும் மூலதனம் ஆகிய அனைத்தும் எப்போதுமே உழவரிடமே இருந்துள்ளன. அவரது மோசமான நிலைக்கு ஒரே காரணம், நான்காவது காரணியான அமைப்பு (organisation) அல்லது பரந்த அளவிலான தொழில்முனைவு (entrepreneurship) இல்லாததேயாகும் - அதாவது மற்றவர்களுடன் இணைந்து செயல்படும் அமைப்பு இல்லாததே காரணம்.

ஒரு அமைப்பை உருவாக்கி அதன் கட்டுப்பாட்டை ஏற்கும்போது, அதன் அடிப்படையே தன்னை முழுமையாகச் சார்ந்திருக்கும் நிலையாக இருத்தல் வேண்டும். அதாவது, தற்சார்பே வேரூன்றிய சிந்தனையாக இருக்கவேண்டும். இங்கு 'தற்சார்பு' என்பது பறந்த உழவர் சமுதாயத்தின்மேல் உள்ள ஒன்றாகும் - கிராமம் மட்டும் அல்லாமல், அதையும் தாண்டியதாகும். இந்த வாய்ப்பைப் பயன்படுத்திக்கொள்ள, உழவர்கள் பிராந்தியங்களைக் கடந்து ஒன்றிணைய வேண்டும். முழுமையான தற்சார்பே வழிகாட்டும் கொள்கையாக இருக்க வேண்டும். இது இப்போது சாத்தியமற்றதாகத் தோன்றலாம், ஆனால் உழவர்களுக்குத் தொலைதொடர்பு சேவைகள் தேவைப்பட்டால், அவர்கள் ஒரு தொலைதொடர்பு நிறுவனத்தை சொந்தமாக்கிக்கொள்வார்கள். தங்கள் தடகள அல்லது விளையாட்டுத் திறன்களுக்குச் சிறகுகளை அளிக்க விரும்பினால், அவர்கள் தங்கள் பிள்ளைகளிடம் இயல்பாகவே உள்ள திறமையைக் கண்டறிந்து வளர்த்து, அதை சர்வதேச அரங்கில் வெளிப்படுத்துவதற்காக, முழு அளவிலான விளையாட்டுப் போட்டிகளை நடத்துவார்கள். தங்களுக்கு உதவி செய்ய மற்றவர்களை அவர்கள் சார்ந்திருக்க மாட்டார்கள்; தாங்கள் விரும்புவதை உருவாக்க அவர்கள் கைகோர்ப்பார்கள். சவால் சிறியதாக இருந்தால், அதை கிராம அளவிலான குழுவுடன் சேர்ந்து சமாளிப்பார்கள்; கடினமான சவால்களுக்கு, அதனைச் சமாளிக்கத் தேவைப்படும் வழிமுறைகளைப் பொறுத்து, மாவட்ட, மாநில அல்லது பிராந்திய அளவில் ஒன்றிணைவார்கள்.

அத்தியாயம் 04

செயல்பாட்டு தூண்கள்

இந்த 'உழவர் தொழிலதிபர்' என்ற திசையில் முன்னேறி வெற்றிபெற நமக்கு உதவும் மிக முக்கியமான தேவைகள் யாவை? இந்தத் திசையில் பயணிப்பதற்கு முன்னர் நம்மிடம் என்ன இருக்க வேண்டும்?

அவை

- விழிப்புணர்வு
- ஒற்றுமை
- தொழில்நுட்பம்

இவையே செயல்திட்டத்தின் மூன்று தூண்கள் மற்றும் கவனம் செலுத்த வேண்டிய பகுதிகள் ஆகும்.

விழிப்புணர்வு

உழவர்களின் (குறிப்பாக சிறு விவசாயிகளின்) மோசமான பொருளாதார நிலைக்கும், அவரது வாழ்க்கையில் பெரும் இன்னல்கள் இருப்பதற்கும் மிக முக்கியமான ஒற்றைக் காரணம் விழிப்புணர்வின்மையே ஆகும். 1700-களில் ஐரோப்பிய ஆய்வாளர்கள் நிறுவனம் (company) என்ற

கருத்தைக் உருவாக்கியது முதல், மூலதனத்தின் மற்றும் அறிவின் பரவலும் தாக்கமும் உலகின் தொலைதூர மூலைகளை எட்டியுள்ளது. கடந்த சுமார் 40 ஆண்டுகளில், தகவல் தொழில்நுட்பத்தில் ஏற்பட்டுள்ள முன்னேற்றங்கள் மிகவும் வேகமானவை. அன்று கோமா நிலைக்குச் சென்ற ஒருவர் மீண்டும் இயல்பு நிலைக்கு இன்று திரும்பினால், அவரால் உலகத்தைப் புரிந்துகொள்வது கடினம்.

உலகம் அடையாளம் காண முடியாத அளவிற்கு பரிணமித்துள்ளது. மேலும், செயற்கை நுண்ணறிவு போன்ற தொழில்நுட்பங்களால் இன்னும் அதிவேகமாகத் தொடர்ந்து பரிணமித்து வருகிறது. இந்நிலையில், இயற்கை வளங்களையும், விவசாய பூமியையும் அபகரிக்கத் திட்டமிடும் கொள்ளையர்களின் திட்டங்களை உணராமல் இந்தச் சிறு விவசாயி தன் சொந்த சிறிய உலகில் இருக்கிறார். அறியாமை ஒரு வரமாக இருக்கலாம், ஆனால் கட்டுக்கடங்காத முதலாளித்துவ சக்திகளைப் பற்றிய அறியாமை வரம் அல்ல. உழவர்கள் தங்கள் நிலங்களை இழந்து, கிராமங்களை விட்டு வெளியேறி, தங்கள் கலாச்சாரத்தை மறந்து, நகரங்களில் வசித்து, சுமைதாங்கிகளாகவும், நவீன உலகின் கிக் பணியாட்களாகவும் (gig workers) வேலை செய்து, தங்கள் மன அமைதியையும் நிம்மதியையும் இழக்கிறார்கள்.

உழவர்கள் கட்டாயம் அறிந்திருக்க வேண்டிய மிக அடிப்படையான விஷயங்கள் யாவை?

1. அவர்களின் உழவுத் தொழில் தொடர்பான சட்டப்பூர்வமான பரிசீலனைகள் மற்றும் தெரிவுகள்

2. நிறுவனங்கள் சட்டத்தின் (Companies Act) விரிவான விதிகள் மற்றும் அது வழங்கும் சாத்தியக்கூறுகள்
3. தகவல் தொழில்நுட்பத்தின் ஆற்றல் மற்றும் அதன் அடிப்படை அம்சங்கள்
4. பரந்த வணிகச் சூழல் குறித்த ஒரு அடிப்படைப் புரிதல்.

உழவர்கள் தங்கள் பிரச்சினைகளை தீர்க்க ஒன்றிணைய வேண்டும் என்பதை உணர வேண்டும். மேலும், அவர்கள் ஒன்றிணைந்து தங்களின் முழு கட்டுப்பாட்டில் இருக்கும் ஒரு நிறுவனம்/விவசாய நிறுவனம் / கூட்டுறவு அமைப்பை உருவாக்க முடியும் என்பதை அறிந்திருக்க வேண்டும். ஒரு நிறுவனத்தை தொடங்குவது மிகவும் எளிய நிர்வாக செயலாகும்; நிறுவனம் தொடங்குவது கடினமானதோ அல்லது விலையுயர்ந்ததோ அல்ல என்பதை அவர்கள் புரிந்துகொள்ள வேண்டும்.

செலவுகளைக் குறைவாக வைத்திருக்கவும், செயல்பாடுகளைத் திறமையாக நடத்தவும், கிராமம், மாவட்டம் போன்ற பல்வேறு மட்டங்களில் உழவர்கள் ஒன்றிணைய வேண்டும் என்பதை அவர்கள் உணர வேண்டும்.

இன்றைய உலகில் ஒரு பெரிய கூட்டாக இருப்பின் யார் வேண்டுமானாலும் இலாபகரமான தொழில்களை சொந்தமாக வைத்து நடத்த முடியும் என்பதை உழவர்கள் தெரிந்து கொள்ள வேண்டும். மிகப்பெரிய வணிக நிறுவனங்கள் சிறந்த கல்வி பெற்றவர்களைப் பணியமர்த்துவதாலேயே வெற்றி பெறுகின்றன. உழவர்கள் ஒன்று கூடும்போது, அவர்களாலும் அதையே செய்ய முடியும் - அவர்கள் தங்களின்

நோக்கங்களைத் தெளிவுபடுத்தி, இலக்குகளை அடைய திறனுள்ள பணியாளர்களை பணித்தால் மட்டும் போதும்; குறிக்கோள்களை அடையவும், தங்களின் இலக்குகளையும் நோக்கங்களையும் நிறைவேற்றவும் அவர்களால் சிறந்த வல்லுநர்களை பணியமர்த்தி வெற்றி காண முடியும்.

தங்களை மேம்படுத்திக் கொள்வதற்காக, இன்றைய வெற்றிக்கான மாபெரும் உந்துசக்தியாக விளங்கும் தகவல் தொழில்நுட்பத்தின் (Information Technology) ஆற்றலைப் பயன்படுத்திக்கொள்ள முடியாத ஒரே பெரிய மக்கள் பிரிவு உழவர்கள்தான் என்பதை அவர்கள் உணர வேண்டும். வர்த்தகர்கள், பெருநிறுவனங்கள், கல்வியாளர்கள், தொழில் வல்லுநர்கள் போன்ற பெரும்பாலான மற்ற பிரிவினர், தகவல் தொழில்நுட்பத்தை ஏற்றுக்கொண்டு, தங்களைப் பன்மடங்கு மேம்படுத்திக் கொண்டுள்ளனர். இவர்களில் பெரும்பாலானோர் இன்று தகவல் தொழில்நுட்பம் இல்லாமல் தங்கள் தொழில்களை நடத்த முடியாது. ஆனால் உழவர்கள் மட்டும் இன்னும் தகவல் தொழில்நுட்பத்திலிருந்து வெகு தொலைவில் உள்ளனர்.

ஒற்றுமை

விழிப்புணர்வை மேம்படுத்துவது என்பது ஒரு நல்ல ஆரம்பம் மட்டும்தான். தங்கள் உழவுத் தொழிலிலும் வணிகத்திலும் ஒற்றுமையை ஏற்படுத்துவது என்பது மிகவும் கடினமான மற்றொரு அம்சமாகும். ஒரு சிலருக்கு மட்டுமே சொந்தமான, அந்தச் சிலருக்கு மட்டும் லாபம் தரக்கூடிய ஒரு பெருநிறுவனத்தை உழவர்களால் உருவாக்க முடியாது. ஆனால், ஒரு பெருநிறுவனத்தை உருவாக்குவதில் பங்கேற்கும்

உழவர்களுக்கு பயனளிக்கும் ஒரு பெருநிறுவனத்தை அவர்களால் உருவாக்க முடியும். இது நம்மை PPP மாடலுக்கு கொண்டு செல்கிறது — பங்கேற்பு (Participate), செயல்பாடு (Perform), முன்னேற்றம் (Progress).

ஒற்றுமை பல்வேறு மட்டங்களில் மலர வேண்டும். இதன் ஆரம்ப நிலை

கிராம மட்டமாகும். பல்வேறு பிராந்தியங்களில் விவசாயம் பெருமளவில் வேறுபடுகிறது. அது மக்களின் கலாச்சாரம், வானிலை, வரலாறு, புவியியல், மண்ணின் தன்மை, சுற்றியுள்ள இயற்கைச் சூழல் போன்றவற்றுடன் பின்னிப் பிணைந்துள்ளது. ஒரே மாவட்டத்திற்குள்ளேயே கூட விவசாயத்தின் தன்மை பெருமளவில் வேறுபடலாம். ஆனால் ஒரு கிராமத்தினுள், நன்மைகளைப் பகிர்ந்து கொள்வதற்கான பொதுவான செயல்திட்டங்களையும் குறிக்கோள்களையும் கொண்டிருப்பது எளிதாகிறது.

உழவர்கள் அரசாங்கங்களிடம் போராட்டம் நடத்துவதிலும் கோரிக்கைகளை முன்வைப்பதிலும் ஒன்றுபடலாம். ஆனால் அந்த ஒற்றுமை நெடுங்கால அளவிலோ பொருளீட்டுவதிலோ நீடித்த பயன்தருவதில்லை; மேலும், விரக்தியையே விளைவிக்கும் ஒரு முயற்சியாகவும் இருந்துள்ளது. அவர்களுக்குத் தேவைப்படும் ஒற்றுமை என்பது, அவர்களை வணிக வல்லமைமிக்க சக்தியாக வடிவமைத்துக் கொள்ள உதவும் ஒன்றாகும். அந்த ஒற்றுமை கிராம அளவில் தொடங்கி, படிப்படியாக வெளிநோக்கிப் பரவ வேண்டும்.

தொழில்நுட்பம்

இந்த அளவிலான விழிப்புணர்வும் ஒற்றுமையும் மலரும்போது, நன்மைகள் வெளிப்படத் தொடங்குகின்றன. குறிப்பாக, அதிக முன்னேற்றம் காணும் கிராமங்கள் ஒன்றிணைந்து, தங்கள் கிராமத்தில் தங்களுக்கு வெற்றியைத் தந்த முயற்சிகளை அருகில் உள்ள கிராமங்களுக்கும், மாவட்டங்களுக்கும் கொண்டு செல்கின்றன. இதை வலுவான மற்றும் நெகிழ்வான முறையில் கட்டமைக்க முடியும். மூன்றாவது தூணான தொழில்நுட்பத்தை உருவாக்குவது மிகவும் எளிதானது; ஆனால் அதுவே மாற்றத்திற்கும் வாய்ப்புகளுக்கும் மிகப்பெரிய உந்துசக்தியாகும். ஆரம்ப கட்டங்களில் அதன் தாக்கம் கவனிக்கப்படாததாக இருக்கலாம். ஆனால் அந்த இயக்கம் வேகம் பெறும் போது, அது உழவர்களின் அனைத்து செயல்பாடுகளிலும் வேரூன்றி இருக்கும்.

இன்னும் குறிப்பாகச் சொல்வதானால், ஆரம்ப கட்டங்களில், மற்ற எந்தத் தொழில்நுட்பத்தையும் விட நமக்குத் தகவல் தொழில்நுட்பம் அதிகமாகத் தேவைப்படும். கடந்த சில தசாப்தங்களில் கண்டுபிடிக்கப்பட்ட இணையம், மின் வர்த்தகம், சமூக ஊடகங்கள் மற்றும் பல புரட்சிகரமான கண்டுபிடிப்புகள் அனைத்தும் தகவல் தொழில்நுட்பத்தின் அடிப்படையிலேயே கட்டமைக்கப்பட்டு, அதனையே பயன்படுத்துகின்றன. இன்று எல்லைகளைக் கடந்து தகவல்களின் பரிமாற்றம் ஏறக்குறைய உடனடியாக நடைபெறுகிறது. சமூகத்தின் அனைத்துப் பிரிவினரும் தகவல் தொழில்நுட்பத்தால் பயனடைந்திருந்தாலும், ஒரு சமூகமாக உழவர்கள் இன்னும் பயன்பெறவில்லை. தொழில்நுட்பம் என்பது யார் வேண்டுமானாலும் பயன்படுத்தக்கூடிய

ஒரு கருவி மட்டுமே என்பதை அவர்கள் நம்ப வேண்டும். இந்த விஷயத்தில், தொழில்நுட்பம் மிகக் குறைந்த செலவில் உழவர் சமூகத்திற்கு மகத்தான அதிகாரத்தை அளிக்க வல்லது. தொழில்நுட்பத்தின் ஆற்றலை முழுமையாகப் புரிந்துகொள்ள அவர்கள் அதை கூட்டாக பயன்படுத்திக்கொள்ள வேண்டும்.

அத்தியாயம் 05

முறை

இந்த இயக்கத்தின் பல மட்டத்திலான நிகழ்வுகளில் ஒரு பொதுவான முறை (generic method) உள்ளது. நடவடிக்கைகளை துரிதப்படுத்துவதுடன் இந்த முறை அனைத்து பங்கேற்பாளர்களின் புரிதலை சீராக்குகிறது. முதலில் கூட்டமைப்பை/ நிறுவனத்தை உருவாக்குவதில் பங்கு கொள்ள வேண்டும் (Participate). பிறகு ஒவ்வொருவரிடமும் என்ன எதிர்பார்க்கப்படுகிறது என்பதை அறிந்து செயலில் அதை நிறைவேற்ற வேண்டும் (Perform). அதன்பிறகு அவர்களுக்கு தகுந்த பலன்களைத் தரவேண்டும் (Progress).

கூட்டமைப்பு (conglomerate) என்றால் டாடா குழுமம் போன்ற சில பெரிய வணிகக் குழுக்களை நினைத்துப் பார்க்கலாம். அவற்றின் தாய் நிறுவனங்களின் (holding companies) கீழ் நூற்றுக்கணக்கான நிறுவனங்கள் இயங்குகின்றன.

அதில் ஒவ்வொரு தனி நிறுவனமும் உள்பொருள் (entity) அல்லது ஒரு அங்கம் ஆகும்.

அதுபோல நமது சூழல் அமைப்பில் (eco-system), ஒவ்வொரு உட்பொருளும் அடுத்த/ மேல்

மட்டத்திலுள்ள உட்பொருளின் அமைப்பிலும், இயக்கத்திலும் பங்கு கொள்ள வேண்டும் (Participate). பங்குபெற்றபின் அந்த மேல்மட்ட உட்பொருள் (higher-level entity) எதிர்பார்க்கும் செயல்களை கீழ்மட்ட உட்பொருள் (lower-level entity) நிறைவேற்ற வேண்டும் (Perform). நிறைவேற்றுதலில் முன்னோடியாகத் திகழும் உட்பொருட்களுக்கு தகுந்த பலன்களை தர வேண்டும் (Progress).

உதாரணமாக, ஒவ்வொரு உழவரும் (அடிப்படை உட்பொருள், basic entity) அடுத்த மட்டத்திலுள்ள கிராம நிறுவனத்தின் (கிராம உட்பொருள், village entity) அமைப்பிலும், இயக்கத்திலும் பங்கு கொள்ள வேண்டும் (Participate). பங்குபெற்றபின் கிராம நிறுவனம் எதிர்பார்க்கும் செயல்களை உழவர்கள் நிறைவேற்ற வேண்டும் (Perform). நிறைவேற்றுதலில் முன்னோடியாகத் திகழும் உழவர்களுக்கு தகுந்த பலன்களைத் தர வேண்டும் (Progress).

இதுபோன்று பல மட்டங்கள் என்னவென்று பின்வரும் பக்கங்களில் பார்ப்போம். ஆனால் ஒவ்வொரு மட்டத்திலும் இதே பொதுவான முறையே (generic method) இருக்கும். இந்த செயல்பாட்டில் ஒவ்வொரு மேல் மட்டத்தின் எதிர்பார்ப்புகளையும், தரநிலைகளையும், அளவுகோல்களையும் முடிவுசெய்கின்றபொறுப்புஅதற்குகீழ்மட்டத்திலுள்ள உட்பொருட்களினுடையதாகும்.

உதாரணமாக, உழவர்கள் தாங்கள் ஒன்றாக வளர்வதற்கு மிகவும் முக்கியமான அம்சங்களை தீர்மானிக்கும். அதற்காக, சந்தைப்படுத்தலை எளிதாக்கும் வகையில் பலவகை பயிர்கள் (basket breadth) விளைவிப்பது ஒரு அளவுகோலாக இருக்கலாம்; அல்லது சுற்றுச்சூழலின் தரத்தை மேம்படுத்த இயற்கை விவசாயத்தை (natural farming) பின்பற்றுவது ஒரு அளவுகோலாக தேர்வு செய்யலாம். இவ்வாறான அளவுகோல்கள், தரநிலைகள், எதிர்பார்ப்புகள் ஆகியவற்றை நிர்வகிப்பது கிராம நிறுவனத்தின் பொறுப்பு ஆகிவிடுகிறது.

இந்தப் பொதுவான முறை முற்போக்கான, சிறந்த உழவர்களையும், கிராம நிறுவங்களையும், மாவட்ட-மாநில அமைப்புகளையும் அடையாளம் காண்பதில் உதவும். அதன் மூலம் அச்சிறந்த உட்பொருட்களின் ஆற்றல் மற்றவர்களுக்கும் பரவும் வண்ணம் அமைக்கலாம்.

அதே நேரத்தில், இந்த முன்னோடிகள் ஆற்றிய பணிக்காக அவர்கள் பெற வேண்டிய பலன்களும் இருக்க வேண்டும். அந்த பலன்கள் பணவருமானம் முதல் அனுபவ வாய்ப்புகள் மற்றும் புதிய வாய்ப்புகள் வரை இருக்கலாம். இவர்களுக்கு ஏற்ற பலன்களை பொருத்துவது (matching) கிராம மட்டத்திலிருந்து மேல்நிலைகள் வரை பல கட்டங்களில் நடைபெறும். இந்த பொருத்தம் அனைவருக்கும் தெளிவாக புரிந்து கொள்ளும் வகையில் வெளிப்படைத்தன்மையுடன் இருத்தல் அவசியம்.

இவை அனைத்தும், முக்கிய செயல்திறன் குறியீடுகள் (Key Performance Indicators) மற்றும் அதற்கேற்ற பலன்கள் வழங்கும் முறையை சார்ந்ததாகும். வெற்றிகரமான நவீன வணிகத்தின் செயல்முறைகளில் இருந்து இவை ஈர்க்கப்பட்டவை என்பதை நீங்கள் கவனித்திருக்கலாம்.

அத்தியாயம் 06

முதற்கட்ட தளங்கள்

தளம் என்பது பல்வேறு அர்த்தங்களையோ அல்லது கருத்துக்களையோ குறிக்கலாம். இங்கு, பங்கேற்கும் நிறுவனங்களுக்கு இடையேயான அனைத்துப் பரிவர்த்தனைகளும் நடைபெறும் அடிப்படையைக்குறிக்கஇதைப்பயன்படுத்துகிறோம். இது பரிவர்த்தனைகளை எளிதாக்கும் ஒரு உறுதியான, வலுவான கட்டமைப்பாகும். நமது வலையமைப்பில் உள்ள தளங்கள் ஆன்லைனில் (முழுமையாக இணைய அடிப்படையிலானவை) அல்லது ஆஃப்லைனில் இருக்கலாம்.

பொதுவாக அனைத்துப் பரிவர்த்தனைகளும் பொருட்கள், சேவைகள், தகவல், பணம் அல்லது உழைப்பு ஆகியவற்றுக்காக நடைபெறும். எனவே, நம் தளங்களை இந்த வகைகளில் ஒன்றில் வகைப்படுத்துவோம். விஷயங்களை எளிமையாக வைத்திருக்க, “எளிதில் அடையக்கூடியவை” எனக் கருதப்படும் வாய்ப்புகள் மட்டுமே இங்கு குறிப்பிடப்பட்டுள்ளன. இவற்றைத் தொடங்குவதும் செயல்படுத்துவதும் மிகவும் எளிது.

பொருட்கள்	சில்லறை வணிக நிறுவனம், உள்ளீடுகள் நிறுவனம்
தகவல்	பல விற்பனையாளர் ஆன்லைன் சந்தை (அமேசான் போன்றவை) ஆன்லைன் சமூக வலைப்பின்னல் (ஃபேஸ்புக் போன்றவை)
சேவைகள்	தளவாடங்கள் (பொருட்கள் நகர்வு)

சில்லறை வணிகம் & தளவாடங்கள் (Retail business, Logistics)

ஒரு சில்லறை வணிக நிறுவனம், நுகர்வோருக்குப் பொருட்களை நேரடியாக வழங்குகிறது. வளரும் நாடுகளில் பெரும்பாலான பரிவர்த்தனைகள் உணவு பொருட்களுக்காகவே நடைபெறுகின்றன. இந்தத் தொழிலைத் தொடங்குவதற்கு இரண்டு காரணங்கள் உள்ளன. ஒன்று, நுகர்வோராகிய உழவர்களிடமிருந்து அதிக அளவில் பரிவர்த்தனைகள் நடைபெறுகின்றன. அதாவது, சில்லறை வணிக நிறுவனங்களுக்கு உழவர்கள் ஒரு மிகப்பெரிய நுகர்வோர் கூட்டமாக உள்ளனர். எனவே, நாமே ஏன் சொந்தமாக ஒரு சில்லறை வணிக தொழிலைத் தொடங்கி, மற்றவர்களைச் சார்ந்திருக்கும் நிலையைக் கைவிடக்கூடாது? இரண்டாவது காரணம், சில்லறை வணிக விற்பனையாளர்கள் விவசாய விளைபொருட்களான தானியங்கள், சிறுதானியங்கள், பழங்கள், காய்கறிகள் போன்றவற்றை மொத்தமாக வாங்குபவர்கள். உழவர்கள் தங்கள் விளைபொருட்களை விற்க மற்றவர்களைச் சார்ந்திருக்க வேண்டிய அவசியம்

என்ன? அவர்களே அதைச் செய்து, ஒரு தொழிலை சொந்தமாக நடத்தலாமே? ஒரு சாதாரண விவசாயி இந்த வழியில் நினைத்துப் பார்க்கவே நடுங்கக்கூடும். ஆனால், இது கடினமானது அல்ல. இதில் ஒரு விவசாயி மட்டும் தனியாக இல்லை, அதிக செலவு மிக்கதும் அல்ல. தனி ஒரு உழவரின் நேரத்தையும் எடுத்துக்கொள்ளாது. இந்த துறைகளில் நிபுணத்துவம் கொண்ட தொழில்முறை நபர்கள் (professionals, consultants) உழவர்களின் திட்டவகுப்பிற்கு அடித்தளமாக இயங்க முடியும்.

அதே காரணங்களுக்காக, ஒரு இடுபொருள் (இரசாயனங்கள், உரங்கள் போன்றவை) நிறுவனத்தை நடத்துவது குழும-அளவில் பயனீட்டும் (strategic leverage). இரசாயனங்கள், உரங்கள், விதைகள் மற்றும் விவசாயத்திற்கான பிற இடுபொருட்களுக்கு உழவர்களே மிகப்பெரிய வாடிக்கையாளர்கள். பரிவர்த்தனைகளின் அளவு மிக அதிகம், மேலும் இந்த வணிகத்தைச் சுற்றி நடவடிக்கைகளை ஒருங்கிணைப்பதற்கான சாத்தியக்கூறுகள் ஒரு மாபெரும் வாய்ப்பாகும்.

அதிக அளவில் பரிவர்த்தனைகள் கொண்ட இந்த வணிகங்கள், தங்களின் குறைந்தபட்ச லாப வரம்புகளைப் பாதுகாத்துக் கொள்ள தளவாடச் சேவைகளை (platform services/ logistics) பெரிதும் சார்ந்துள்ளன. சில்லறை வணிகத்துடன் சேர்த்து, ஒரு தளவாட வணிகத்தை நடத்துவதும் இந்த நோக்கத்தை நன்கு நிறைவேற்றுகிறது. மீண்டும், இதை சொந்த சொத்துக்கள் இல்லாமல் (non-asset-intensive), குறைவான செலவில் சிறிய அளவில் தொடங்கலாம். நிறுவனத்திற்குள்ளேயே ஒரு தளவாட வணிகத்தை

நடத்துவது, குறுகிய மற்றும் நீண்ட காலங்களில் (short- and long-term) அந்தக் குழுமத்திற்குப் பெரிதும் பயனளிக்கும் (strategic advantage).

இந்த வணிகங்கள் அனைத்தும் ஒரு மில்லியன் டாலர் நிறுவனத்தின் அளவில் தொடங்க வேண்டிய அவசியமில்லை. சிறிய அளவில் தொடங்கி பின்னர் வளர்வதே போதுமானது. இந்த திட்டத்தைப் பின்பற்றுவது நல்லது, ஏனெனில் ஒரு நிறுவனம் தனது ஆரம்ப கட்டத்தில் இருக்கும் போதுதான் அதிகமான தவறுகள் செய்ய வாய்ப்பு உள்ளது; அவை நட்டங்களை தரக்கூடும்.

இணையவழி சந்தை

உழவர்கள் பெறக்கூடிய மற்றும் பகிரக்கூடிய தகவல்களின் அளவும், தரமும் குறைவாக இருப்பதால் பெரிதும் பாதிக்கப்பட்டுள்ளனர். தகவல் சமத்துவமின்மை (information injustice) என்பது, ஒருவருக்கு தேவையான பொருளை கண்டுபிடிக்க முடியாத நிலை ஒருபுறத்திலும் அந்தப் பொருளை வைத்திருப்பவர் அதனை வேண்டுபவரை கண்டுபிடிக்க முடியாத மற்றொருபுறத்திலும் இருக்கும் நிலையாகும்.

இந்த அநீதி உழவர்களுக்கும் நுகர்வோருக்கும் நீண்ட காலமாக இருந்து வருகிறது. ஆனால் இன்று, உலகளாவிய அளவில் தகவலை பகிரக்கூடிய ஒரு ஆன்லைன் பல-விற்பனையாளர் (multi-vendor) சந்தையை உருவாக்குவது தீர்வாக இருக்கிறது.

இந்தத் தீர்வை செயல்படுத்த வேறு யாரும் வரப்போவதில்லை; உழவர்களே இதைச் செய்ய முடியும். அமேசான் நிறுவனம் போன்ற முன்மாதிரிகள்

இருக்கும்போது கற்றுக்கொள்ளவும் எளிதாகிறது. இன்றைய சூழலில், இப்படிப்பட்ட ஒரு தளத்தை ஓரிரு வாரங்களில், குறைந்த செலவில் தொடங்கலாம்.

சமூக பிணையம்

தயாரிப்புகளின் விவரங்கள் போன்ற கட்டமைக்கப்பட்ட தரவுகளை (structured data) வெளியிடுவதற்கு ஒரு ஆன்லைன் சந்தை தளத்தைப் பயன்படுத்திக்கொள்ள முடியும் என்றாலும், கட்டமைக்கப்படாத தரவுகளைப் (unstructured information) பகிர்வதற்கும் வாய்ப்புகள் ஏராளமாக உள்ளன. அங்குதான் பெரும்பாலான அறிவும் வியூக நன்மையும் அடங்கியுள்ளன. அங்குதான் ஒரு இணைய சமூக வலைப்பின்னல் (online social network) தனக்கான இடத்தை பெறுகிறது.

புதுமையான எண்ணங்கள், செயல்கள், மாற்றங்கள் எந்தத் திசையிலிருந்தும், யாரிடமிருந்தும் வரக்கூடும் என்பதாலும், பரந்த சூழல் அமைப்பில் இதுபோன்ற பல புதுமைகள் வெளிப்பட வாய்ப்புள்ளது. அதனால் உழவர்களிடையேயும், கிராமங்களிடையேயும், மாவட்ட/ மாநிலங்களுக்கிடையேயும் பரிவர்தனைகளைத் தூண்ட முடியும். ஆனால் பரிவர்தனைகளைத் தாண்டி சிந்தனை அளவில் தொடர்புகளை/ வழிநடத்தலை (thought leadership) எளிதாக்கவும் முடியும். அதுவே நன்மையை பெருக்குவதற்கான வழியாகும். அன்றாட செயல்களைச் செய்வதற்கான புதிய வழிகளைக் கொண்டுவர, யார் யாருடன் வேண்டுமானாலும் இணையக்கூடும். ஒரு பரந்த தொலைநோக்குப் பார்வையை அடைவதை மைய நோக்கமாகக்

கொண்டு ஒரு சமூக வலைப்பின்னலை இயக்குவதன் வெகுமதி இதுவே.

இங்கு இணைப்புகளை உருவாக்கும் ஒரே தரப்பினராக விவசாயிகளைப் பற்றி மட்டும் நாம் பேசவில்லை; மாறாக, கிராமத்தை ஒரு வணிக அமைப்பாகவும், வாடிக்கையாளரை ஒரு பொருள்/ விவசாயி/ கிராமத்தைப் பற்றி வாய்மொழியாகப் பரப்புரை (word-of-mouth advertisement) செய்யும் ஒரு பிரச்சாரகராகவும் கருதலாம் என்பதைக் கவனத்தில் கொள்ளவேண்டும். ஒரு பெரிய தொலைநோக்குப் பார்வையை நனவாக்குவதற்காக ஆயிரம் கிராம வணிகங்கள் (பகட்டாகச் சொன்னால், ஆயிரம் வணிக கிராமங்கள்) இணைவதைக் கற்பனை செய்து பாருங்கள். அதைத்தான் இந்தத் தளம் சாதிக்க முடியும்.

பகுதி II

முழுமை

அத்தியாயம் 07

முக்கியத்துவம், நாட்டுப்புறக் கதை

ஒரு காலத்தில், உணவைத் தேடி புறாக்கள் கூட்டம் ஒன்று பறந்த கொண்டிருந்தது. வெகுதூரம் பறந்து வந்ததால் எல்லாப் புறாக்களும் சோர்வடைந்துவிட்டன. இறுதியாக, ஒரு ஆலமரத்தின் அடியில் சிதறிக் கிடந்த சில அரிசி மணிகளை அந்தப் புறாக்கள் கண்டன.

உணவைக் கண்டதில் அனைத்துப் புறாக்களும் மகிழ்ச்சியடைந்து, ஆனந்தமாகத் தரையில் இறங்கின. சுவையான உணவு கிடைத்த மகிழ்ச்சியில் அவை கொத்தத் தொடங்கின. தங்கள் கால்களுக்குக் கீழே புல்வெளியில் இருந்த வலையை அவை கவனிக்கவில்லை. திடீரென்று, அந்த வலை புறாக்களின் கால்களைப் பற்றிக்கொண்டது, அவை சிக்கிக்கொண்டன. புறாக்கள் வெளியே வரத் தீவிரமாக முயன்று, தங்கள் இறக்கைகளைப் படபடத்தன, ஆனால் எந்தப் பயனும் இல்லை. ஒவ்வொரு புறாவும் வலையிலிருந்து வெளியேறத் தனது முழு சக்தியையும் பயன்படுத்தியது. ஆனால் அவை தங்கள் சக்திகளை ஒருங்கிணைக்காமல் தனித்தனியாக முயற்சித்தன. தங்களது விதியை ஏற்றுக்கொண்டு, வலையிலிருந்து வெளியேறத் தேவையான சக்தி இல்லாததால்

துன்பப்பட வேண்டியதாக இருக்கும் என்று துவண்டு போயின. வலையிலிருந்து வெளியேறத் தேவையான சக்தி இல்லாததற்காக அவை தங்களைத் தாமே நொந்துகொண்டன.

அப்போது, வேட்டைக்காரன் தங்களை நோக்கி வருவதை அப்புறாக்கள் கண்டன. வலையில் சிக்கியிருந்த ஏராளமான புறாக்களைக் கண்டதில் வேட்டைக்காரன் மிகவும் மகிழ்ச்சியடைந்தான். வேட்டைக்காரனைக் கண்டதும், பறவைக் கூட்டம் முழுவதும் பயந்து, பதற்றத்துடன் தங்கள் இறக்கைகளை அடித்துக்கொண்டது. இருப்பினும், வயதான புறாக்களில் ஒன்று மிகவும் நிதானமாக இருந்தது. அந்தத் துரதிர்ஷ்டவசமான தருணத்தில் கூட அது தன் ஞானத்தை இழக்கவில்லை. அது விரைவாக ஒரு திட்டத்தை வகுத்தது. அது புறாக்களுக்கு அறிவுரை கூறியது, “இந்த வேட்டைக்காரனின் வலையிலிருந்து நம்மை விடுவித்துக் கொள்ள, தனித்தனியாக நமது சக்தியைப் பயன்படுத்துவது மட்டும் போதாது. நமது சுதந்திரத்தைப் பெறுவதற்கு ஏதேனும் ஒரு வாய்ப்பு இருந்தால், நாம் அனைவரும் நமது சக்திகளை ஒன்றிணைத்து, ஒருவருக்கொருவர் மற்றும் முழு கூட்டத்திற்காகவும் உழைக்க வேண்டும். நாம் அனைவரும் ஒன்றாக இறக்கைகளை அடித்து, நமது முழு சக்தியையும் பயன்படுத்தி, ஒரு கூட்டாக மேலே எழ வேண்டும். ஒற்றுமையில் வலிமை இருக்கிறது. இப்போது வாருங்கள் 3-2-1...”

தங்கள் முடிவு வேகமாக நெருங்கிக் கொண்டிருந்ததாலும், அந்த வயதான புறாவின் சத்தத்தைக் கேட்டதாலும், புறாக்கள் அனைத்தும் மிகுந்த ஒருங்கிணைப்புடன் ஒன்றாகச் சிறகடித்து,

வலையைத் தங்களுடன் சுமந்துகொண்டு ஒரே பெரிய பறவையைப் போல தரையிலிருந்து மேலே பறக்கத் தொடங்கின. இதைக் கண்ட வேட்டைக்காரன் அதிர்ச்சியடைந்தான். அந்தப் பறவைகள் பெரிய வலையுடன் பறந்து சென்றன. அவன் வெறித்தனமாகக் கத்திக்கொண்டே அந்தப் பறவைகளைத் துரத்தி ஓடினான், ஆனால் அவற்றைப் பிடிக்க முடியவில்லை. விரைவில், அவை மலைகளுக்கும் பள்ளத்தாக்குகளுக்கும் மேலாகப் பறந்து, அவனது பார்வையிலிருந்து மறைந்தன.

அப்புறாக்கள் ஒற்றுமையின் மதிப்பை உணர்ந்துகொண்டன. ஓரிரு நிமிடங்களுக்குள், தங்கள் தலைவிதிக்காகத் தங்களைத் தாங்களே பழித்துக்கொண்டிருந்த அவற்றின் மனப்பான்மை, தங்களின் ஒன்றுபட்ட வலிமையைக் கண்டு பெருமைபாடும் நிலைக்கு மாறின.

அத்தியாயம் 08

பங்கேற்பு, கட்டமைப்பு

மனித உடலுக்கு முதுகெலும்பு மையக் கட்டமைப்பை வழங்குவது போல, எந்தவொரு நிறுவனத்திற்கும் ஒரு கட்டமைப்பு இன்றியமையாதது. 'உழவர் தொழிலதிபர்' என்ற தொலைநோக்குப் பார்வைக்கு மிகவும் பொருத்தமான கட்டமைப்பு என்பது ஒரு வலையமைப்பு (network) வகைக் கட்டமைப்பாகும். இதில் ஒவ்வொரு அலகும் ஒரு தனித்த, சுதந்திரமான உட்பொருளாகச் (entity) செயல்பட்டாலும், அதற்கு மேல் மட்டத்திலுள்ள அமைப்பால் சீராக ஒருங்கிணைக்கப்படுகிறது.

மட்டம் ->	**கிராமம்**	**மாவட்டம்**	**மாநிலம்**	**பிராந்தியம்**
பங்கேற்கும் உட்பொருள்	உழவர்	கிராம நிறுவனம்	மாவட்ட நிறுவனம்	மாநில நிறுவனம்
பங்கேற்பாளர் எண்ணிக்கை	10-50-100	1-10-50	1-10-30	1-30

கிராமக் குழுவின் செயல்பாடுகளிலும் அதன் வெற்றியிலும் உழவர் பங்கேற்கிறார். பொதுவாக, ஒரு கிராமக் குழுவில் 10 அல்லது 50 அல்லது 100 உழவர்கள் பங்கேற்பார்கள்.

அதுபோலவே, மாவட்ட நிறுவனத்தின் வெற்றிக்கு 5 அல்லது 10 அல்லது 50 வரையிலான கிராமங்கள் பங்களிக்கும். அதேபோன்று, ஒரு மாநில அலகின் வெற்றிக்கு 5 அல்லது 10 அல்லது 30 வரையிலான மாவட்டங்கள் பங்களிக்கும்.

கிராம அளவில்...

முதல் நிலை என்பது உழவர்கள் ஒன்றாக இணைந்திருக்கும் கிராம நிலையாகும். இந்த தொலைநோக்குப் பார்வையை நனவாக்க, ஒரு கிராமத்திலுள்ள உழவர்கள் ஒன்றிணைந்து ஒரு கிராம நிறுவனம், உழவர் உற்பத்தியாளர் நிறுவனம், ஒரு கூட்டுறவு சங்கம் அல்லது, காலப்போக்கில் ஒரு நிறுவனமாக ஒன்றிணையக்கூடிய ஒரு முறைசாராக் குழுவை உருவாக்குவார்கள். ஒரு தொழில்முனைவோராக சட்டப்படி நிறைவேறும் இந்த மாற்றம், அந்த தொலைநோக்குப் பார்வையை நனவாக்குவதற்கு மிகவும் முக்கியமானது. இது, உழவர்களுக்கு (நேரடியாகவும் மறைமுகமாகவும்) பல தொழில்களைச் சொந்தமாக்கி, நிர்வகித்து, இயக்குவதற்கான சாத்தியத்தை வழங்கும். பல நன்மைகளையும் சிறப்பு அம்சங்களையும் அளிக்கும்.

உழவர் உற்பத்தியாளர் நிறுவனம் (Farmer Producer Company) என்பது ஒரு விவசாயிக்கு தனது பொருட்களை யாரிடமும் விற்கும் சட்டபூர்வ உரிமையை வழங்குகிறது.

இந்த உரிமை கிராம நிறுவனத்தின் அனைத்து உறுப்பினர்களுக்கும்கிடைத்தவுடன்,கிராமங்களிலும் மாவட்டங்களிலும் உள்ள விவசாயக் குழுக்கள் பல்வேறு வழிகளில் ஒன்றிணைந்து, உற்பத்தி காரணிகளை பகிர்ந்து திறம்பட இயங்க வழிவகுக்கும்.

கிராம குழு
(உழவர் உற்பத்தியாளர் நிறுவனம்,
கூட்டுறவு நிறுவனம்)

கிராமத்தின் உழவர்கள்

கிராம மையக்குழு

தனிப்பட்ட உறுப்பினர்களில் இருந்து, ஒன்று அல்லது இரண்டு உழவர்கள் நிறுவனத்தின் செயல்பாடுகளை மேற்பார்வை செய்ய முன்வருவார்கள். திட்டமிட்ட அனைத்து பணிகளையும் நிறைவேற்றுவதற்கு கிராம நிறுவனத்திற்கு உதவ குறைந்தபட்சம் ஒருவராவது முழுநேரம் அல்லது பகுதி நேர ஊழியர் பணியமர்த்தப்பட வேண்டும். குறிப்பாக ஆரம்ப காலங்களில், இந்தப் பணியாளரே நிறுவனத்தின் முக்கிய இயக்க சக்தியாக செயல்படுவார். மேலும், மாவட்ட மட்டத்திலிருந்து ஒருவர் பிரதிநிதியாக நியமிக்கப்படுவார். மாவட்ட நிர்வாகம் மற்றும் கிராமம் இடையே பயனுள்ள மற்றும் திறமையான இணைப்பாளராக இருந்து, கிராம நிறுவனத்தின் துரித செயல்பாட்டிற்கு பெரிதும் உதவுவார்.

கிராம குழுவின் மைய அணி

ஒவ்வொரு மட்டத்திலும், அந்த அமைப்பின் செயல்பாட்டிற்கு வழிகாட்டும் ஒரு தகுதிவாய்ந்த நபர் இருக்கிறார். ஒவ்வொரு நாளும், விவசாயிக்கும் கிராம மக்களுக்கும், செயல்பாடுகள் எவ்வாறு இயங்குகின்றன மற்றும் எப்படி இருக்க வேண்டும் என்பது குறித்த சந்தேகங்களும் கேள்விகளும் எழும். முக்கியக் குழுவில் உள்ள மாவட்ட பிரதிநிதி, இந்தப் பிரச்சினைகள் அனைத்தையும் தீர்த்து வைப்பதோடு, கிராம அமைப்பின் ஒட்டுமொத்த செயல்பாட்டிற்கும் பொறுப்பாவார். இது மாவட்டப் பிரதிநிதி ஆற்றும் ஒரு மிக முக்கியமான பங்காகும்.

கிராம மையக்குழுவின் பொறுப்புகள்

1. நிர்வாக ரீதியான தேவைகளை உருவாக்குதல், முறைப்படுத்துதல்.
2. விவசாய உறுப்பினர்களிடையே தொலைநோக்கு பார்வை (Vision) மற்றும் அதை நனவாக்க எடுக்கப்பட வேண்டிய நடவடிக்கைகள் குறித்து விழிப்புணர்வை ஏற்படுத்துதல்.
3. முக்கியக் குழுவிற்கு வாராந்திர அல்லது மாதாந்திர இலக்குகளை நிர்ணயித்து, அவற்றின் செயல்திறனை ஆய்வு செய்தல். இவற்றை மற்ற உறுப்பினர்களுக்கு எடுத்துக் காட்டுதல்.

4. தொலைநோக்கு பார்வை எவ்வாறு செயல்பாடாக மாற்றப்படுகிறது, அந்தச் செயல்பாடுகள் எவ்வாறு முடிவுகளைத் தருகின்றன மற்றும் அந்த முடிவுகள் எவ்வாறு பலன் அளிக்கின்றன என்பதை விளக்குதல்.
5. பல்வேறு பிரிவுகளின் (மாவட்டக் குழு போன்றவை) அமைப்பு, மதிப்பு மற்றும் செயல்பாடுகள் குறித்த சந்தேகங்களைத் தீர்த்து வைத்தல்.
6. விற்பனை மற்றும் கொள்முதல் செய்வதற்கான இலக்குகளை நிர்ணயம் செய்து உறுதிப்படுத்துதல்.
7. வரவு செலவுத் திட்டங்களைத் (Budgets) திட்டமிடுதல் மற்றும் கணக்குகளைப் பராமரித்தல்.
8. கிராமக் குழுவின் கொள்கைகளை ஆய்வு செய்து மேம்படுத்துதல்.

மாவட்ட அளவில்...

முந்தைய நிலையில் உருவாக்கப்பட்ட ஒவ்வொரு கிராமக் குழுவும் மாவட்ட அளவிலான நிறுவனம்/ கூட்டமைப்பு/ குழுவின் செயல்பாடுகளில் பங்கேற்கும். மாவட்டக் குழுவில் ஒவ்வொரு கிராமத்திலிருந்தும் ஒரு பிரதிநிதி இருப்பார். இந்தப் பிரதிநிதிகள், மாவட்ட நிறுவனத்தின் கொள்கைகளை வகுப்பதிலும், செயல்பாடுகளைக் கட்டமைப்பதிலும் தீவிரமாகப் பங்கேற்பார்கள். இந்தப் பிரதிநிதிகளில் குறைந்தபட்சம் 60% பேர் பெண் உழவர்களாக இருப்பார்கள்.

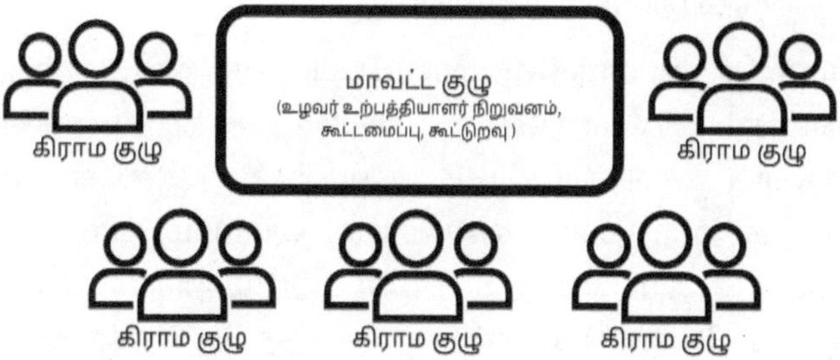

மாவட்ட மையக்குழு

முழு சூழல் அமைப்பின் சிறப்பான செயல்பாட்டிற்கு மாவட்ட அளவிலான மையக் குழு (Core Team) மிக அவசியமானதாகும். இந்தக் குழு கிராம அளவிலான குழுக்களுடன் நெருங்கிய தொடர்பில் இருப்பதோடு, நிறுவனத்தின் அடிப்படைத் திறன்களை வலுப்படுத்துவதற்கான பல வாய்ப்புகளையும் கொண்டிருக்கும். கிராம குழுக்களின் களநிலவரத்தை இந்தக் குழு நன்கு அறிந்திருக்கும்.

மாவட்டத்தின் ஒட்டுமொத்த செயல்பாட்டிற்குப் பொறுப்பேற்கும் தொழில்முறை மேலாளர்கள் (professional managers) இந்தக் குழுவை வழிநடத்துவார்கள். அவர்கள் ஆழ்ந்த வணிக அறிவையும், அந்த மாவட்டத்தின் விவசாய முறைகள் குறித்த நுணுக்கமான புரிதலையும் கொண்டிருப்பார்கள்.

மையக் குழுவில் இடம்பெறும்பவர்கள்:

1. அந்த மாவட்ட கிராம நிறுவனங்களின் பிரதிநிதிகள்
2. மாவட்ட நிர்வாகம் மற்றும் முழுநேர ஊழியர்கள்
3. குழும வணிக நிறுவனங்களின் பிரதிநிதிகள்

4. ஒரு மாநிலப் பிரதிநிதி.

கிராம நிறுவனத்தில் மாவட்டப் பிரதிநிதி ஆற்றும் பங்கைப் போலவே, மாவட்ட நிறுவனத்தில் மாநிலப் பிரதிநிதியும் அதற்கு இணையான பங்கை ஆற்றுவார். ஒவ்வொரு வாரமும், மாவட்டப் பிரிவிற்கு தற்போதைய நிலை மற்றும் அது எவ்வாறு இருக்க வேண்டும் என்பது குறித்த சந்தேகங்களும் கேள்விகளும் எழும். மையக் குழுவில் உள்ள மாநிலப் பிரதிநிதி இந்தச் சிக்கல்கள் அனைத்திற்கும் தீர்வு காண்பதோடு, மாவட்ட நிறுவனத்தின் ஒட்டுமொத்தச் செயல்பாட்டிற்கும் பொறுப்பாவார்.

<u>**மாவட்ட குழுவின் மைய அணி**</u>

மாவட்ட மையக்குழுவின் பொறுப்புகள்

மாவட்ட மையக் குழுவின் சில முக்கியப் பொறுப்புகள் பின்வருமாறு:

1. மாவட்டத்தில் உள்ள கிராமக் குழுக்கள் சீராகச் செயல்படுவதை உறுதி செய்தல்.

2. மாவட்ட அளவில் விற்பனை மற்றும் கொள்முதல்களைக் கையாளுதல்.
3. விற்பனை, கொள்முதல் மற்றும் கணக்குகளைக் கையாளுவதற்கு கிராமக் குழுக்களுக்குப் பயிற்சி அளிக்கப்படுவதை உறுதி செய்தல்.
4. குழுமத்தின் அனைத்து வணிக நிறுவனங்களும் சீராக இயங்குவதையும், அவற்றின் முக்கிய செயல்திறன் குறிகாட்டிகள் (KPIs) பூர்த்தி செய்யப்படுவதையும் உறுதி செய்தல்.
5. இணையதளங்கள் திட்டமிட்டபடி பயன்படுத்தப்படுவதை உறுதி செய்தல். பயன்பாட்டில் தோன்றும் தடைகளை நீக்குதல்.
6. இலக்குகளை மதிப்பாய்வு செய்து சரிசெய்வதற்காக மாநிலக் குழுவுடன் ஒருங்கிணைந்து செயல்படுதல்.

முக்கிய செயல்திறன் குறிகாட்டிகள் (KPIs)

மாவட்ட மேலாண்மைக் குழுவின் சில முக்கிய செயல்திறன் குறிகாட்டிகள் பின்வருமாறு:

1. கிராம நிறுவனங்களின் இலக்குகள் எட்டப்படுதல்.
2. விற்பனை மற்றும் கொள்முதல் இலக்குகள் எட்டப்படுதல்.
3. குழு வணிக நிறுவனங்கள் லாபகரமாக இயங்குதல்.
4. ஆன்லைன் தளங்கள் (Online platforms) தொடர்பான இலக்குகள் எட்டப்படுதல்.
5. கிராமக் குழுக்களால் வழங்கப்படும் மாதாந்திர திருப்தி மதிப்பீடுகள்.

மாநில அளவில்...

முந்தைய மட்டத்தில் உருவாக்கப்பட்ட ஒவ்வொரு மாவட்டக் குழுவும் மாநில அளவிலான நிறுவனம்/ கூட்டமைப்பு/ குழுவின் செயல்பாடுகளில் பங்கேற்கும். மாநில குழுவில் ஒவ்வொரு மாவட்டத்திலிருந்தும் ஒரு பிரதிநிதி இருப்பார். இந்தப் பிரதிநிதிகள் மாநில நிறுவனத்தின் கொள்கைகளை வகுப்பதிலும், செயல்பாடுகளைக் கட்டமைப்பதிலும் தீவிரமாகப் பங்கேற்பார்கள். இந்தப் பிரதிநிதிகளில் குறைந்தது 60% பேர் பெண் உழவர்களாக இருப்பார்கள்.

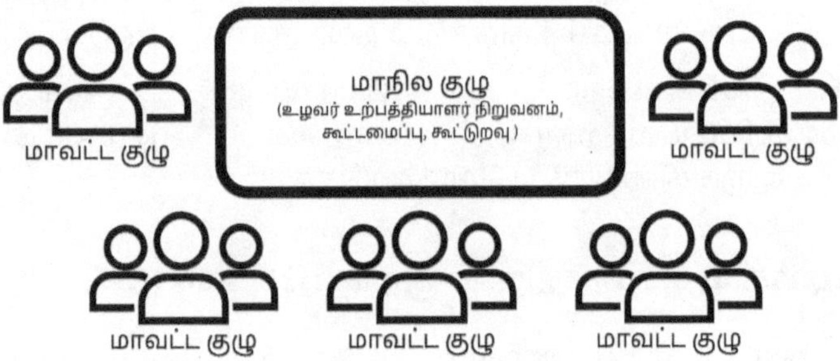

மாநில மையக்குழு

மாநில அளவிலான மையக் குழுவானது, அந்த மாநிலத்தில் உள்ள முழு “நிறுவனத்திலும்” ஒழுக்கத்தை உட்புகுத்தி, அதன் செயல்திறனை உறுதி செய்யும். அந்த மாநிலத்தின் ஒட்டுமொத்த விவசாய சமூகத்தின் முற்போக்கான சிந்தனைகளும், ஆக்கப்பூர்வமான ஆற்றலும் அந்த மாநிலக் குழுவின் வெற்றியில் பிரதிபலிக்கும்.

இந்தக் குழு, தலையாய முடிவெடுக்கும் பிராந்தியக் குழுவுடன் நெருங்கிய தொடர்பில் இருப்பதோடு, வெறும் கொள்கைகளாகவும் வழிகாட்டுதல்களாகவும்

இருப்பவற்றைச் செயல்பாடுகளாக மாற்றும். மாநிலத்தின் ஒட்டுமொத்த செயல்பாடுகளுக்கும் பொறுப்பான, அனுபவமிக்க தொழில்முறை மேலாளர்களால் இக்குழு வழிநடத்தப்படும்.

மாநிலக் குழுவின் மைய அணி

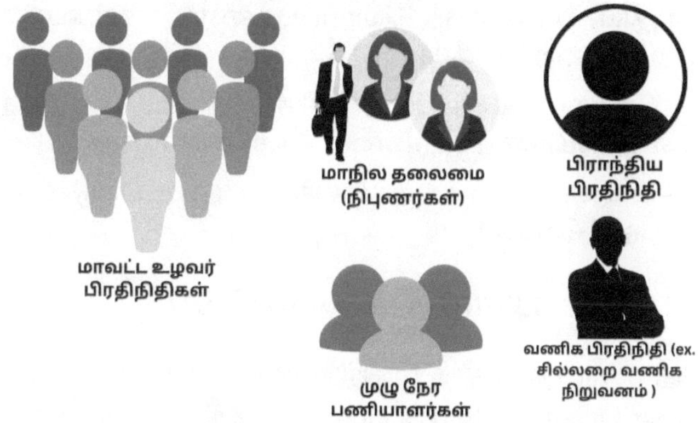

இந்த மையக் குழுவில் இடம்பெறுபவர்கள்:

1. மாவட்ட நிறுவனங்களின் பிரதிநிதிகள்
2. மாநில மேலாண்மை மற்றும் முழுநேர ஊழியர்கள்
3. குழும வணிக நிறுவனங்களின் மாநிலப் பிரதிநிதிகள்
4. ஒரு பிராந்தியப் பிரதிநிதி.

மாநில மையக்குழுவின் பொறுப்புகள்

மாநில மையக்குழுவின் சில முக்கியப் பொறுப்புகள் பின்வருமாறு:

1. அனைத்து மாவட்டக் குழுக்களும் திட்டமிடப்பட்ட செயல்பாடுகளை முழுமையாகச் செயல்படுத்த பயிற்சி அளிக்கப்படுவதை உறுதி செய்தல்.

2. மாவட்டக் குழுக்களின் இலக்குகள் எட்டப்படுவதையும், தடைகள் நீக்கப்படுவதையும் உறுதி செய்தல்.
3. மாநிலத்தின் தேவைகள் மற்றும் விதிமுறைகளுக்கு ஏற்ற கொள்கைகளை உருவாக்குதல்.
4. புதிய வணிக வாய்ப்புகளை உருவாக்கி அவற்றைப் பின்பற்றுதல்.
5. விவசாய உறுப்பினர்களின் திருப்தி குறித்து வழக்கமான ஆய்வுகளை மேற்கொள்ளுதல்.
6. வணிகம் மற்றும் சமூக இலக்குகள் எட்டப்படுவதை உறுதி செய்தல்.

பிராந்திய அளவில்...

இந்த ஒட்டுமொத்த நிறுவனக் கூட்டமைப்பின் மூளையாகச் செயல்படுவது இந்த உயர்நிலை கூட்டமைப்பு/ விவசாய உற்பத்தியாளர் நிறுவனம் ஆகும். இது ஒரு ‘சிந்தனை மையமாக’ (Think-tank) இருந்து, நெகிழ்வான உத்திகளை வகுப்பதோடு, உழவர்களின் வளங்களும் அதிகாரமும் அவர்களுக்குப் பயனளிக்கும் வகையில் பயன்படுத்தப்படுவதை உறுதி செய்கிறது.

உழவர்கள் தங்களின் முக்கிய இலக்கை அடைவதற்கான பாதையில் செல்வதை இந்த அணி உறுதி செய்யும். விவசாயத்தையே வாழ்வாதாரமாகக் கொண்ட உழவர்களே இதன் முதன்மை உறுப்பினர்களாக இருப்பார்கள். இவர்கள் பிராந்தியக் குழுவின் கொள்கைகளை உருவாக்குவதிலும்,

செயல்பாடுகளைக் கட்டமைப்பதிலும் தீவிரமாகப் பங்கேற்பார்கள். இந்த உறுப்பினர்களில் குறைந்தது 60% பேர் பெண் விவசாயிகளாக இருப்பார்கள்.

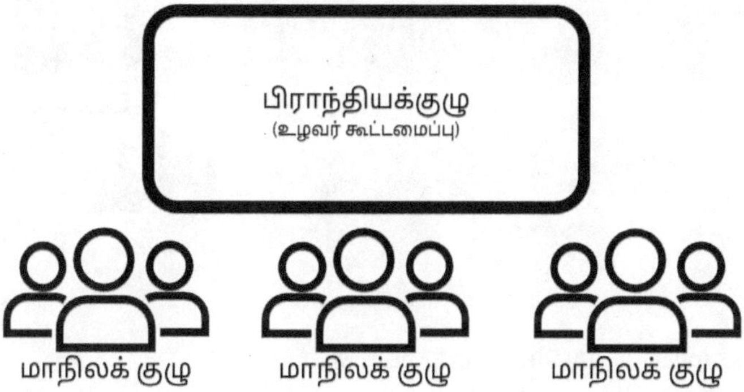

இவர்களுக்கு ஆதரவாகப் பட்டயக் கணக்காளர்கள், சட்ட நிபுணர்கள், வங்கியாளர்கள், பொருளாதார வல்லுநர்கள், தொழில்நுட்ப வல்லுநர்கள், சமூகப் பணியாளர்கள், ஊடகவியலாளர்கள், புள்ளிவிவர நிபுணர்கள் எனப் பல்வேறு துறை சார்ந்த வல்லுநர்களும் இருப்பார்கள். இன்றைய வணிகச் சூழலுக்குத் தேவையான அறிவாற்றலை இந்தக் குழு வழங்கும்.

இந்த ஒருங்கிணைக்கும் குழுவானது, பல்வேறு மாநிலங்களைச் சேர்ந்த மிகச்சிறந்த முற்போக்கு விவசாயிகள் மற்றும் பல்வேறு துறைகள், பிரிவுகள் மற்றும் தொழில்களில் உள்ள நிபுணர்களைக் கொண்டு அமைக்கப்பட்டிருக்கும்.

<u>**பிராந்திய குழுவின் மைய அணி**</u>

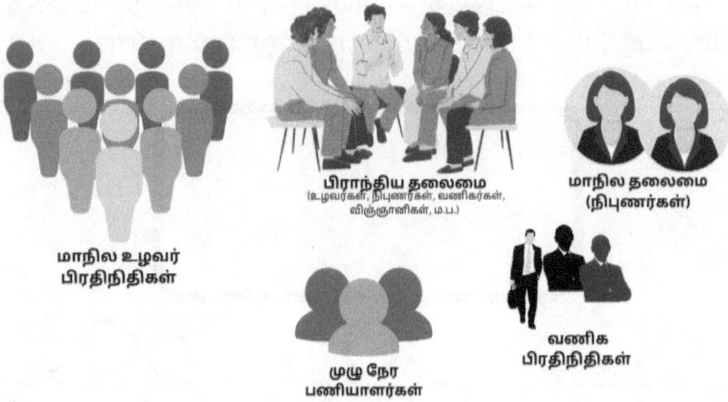

மையக் குழுவின் பொறுப்புகள்

பிராந்திய மையக்குழுவின் பொறுப்புகள்

பிராந்திய மையக் குழுவின் சில முக்கியப் பொறுப்புகள் பின்வருமாறு:

1. தொலைநோக்குப் பார்வையை அடைவதற்கான ஒட்டுமொத்தப் பாதை மற்றும் உத்தியை உறுதி செய்தல்.
2. ஆன்லைன் மற்றும் ஆஃப்லைன் தளங்கள் மிகச்சிறந்த முறையில் இயங்குவதை உறுதி செய்தல்.
3. பல்வேறு நிலைகளில் பின்பற்றப்பட வேண்டிய அளவீடுகளின் வடிவமைப்பு சீராக இருப்பதை உறுதி செய்தல்.
4. வணிக நிறுவனங்களின் செயல்திறன் குறியீடுகள் திட்டமிட்டபடி இருப்பதை உறுதி செய்தல்.

5. மிகத் தொலைதூரக் கோடியில் உள்ள விவசாய உறுப்பினரின் குரல் கேட்கப்படுவதை உறுதி செய்தல்.
6. பல்வேறு மட்டங்களுக்கிடையிலான தகவல் பரிமாற்றம் தடையின்றியும் உடனடியாகவும் இருப்பதை உறுதி செய்தல்.

அத்தியாயம் 09

செயல்பாடுகள்

அடிப்படை அமைப்பு உருவானவுடன், செயல்பாடுகளின் முதன்மை நோக்கம் என்னவென்றால், மாவட்ட அளவிலான நிறுவனங்கள் முதல் நாளிலிருந்தே லாபகரமாக இயங்க வேண்டும் என்பதாகும். இது வெறும் லாபத்தை உருவாக்குவது பற்றி மட்டுமல்லாமல், அமைக்கப்பட்ட அடித்தளம் சரியாக இருப்பதை உறுதி செய்வது பற்றியதுமாகும். தளங்களில் (platforms) நடைபெறும் குறைந்தபட்ச வணிகப் பரிவர்த்தனைகளைத் தவிர, இது செலவுகள் திட்டமிடப்படுவதையும் மற்றும் சூழல் அமைப்பு (eco-system) முழுவதும் செலவுக் கட்டுப்பாடு வலுவாக இருப்பதையும் உறுதி செய்யும். மாவட்டங்கள் திட்டமிட்ட முடிவுகளைத் தரத் தொடங்கியவுடன், கிராமக் குழுக்களுக்கான கணக்கியல் பணிகளை கிராமக் குழுக்களே கையாள்வார்கள்.

மைய இயந்திரம்

அனைத்து செயல்பாடுகளும் முன்னரே குறிப்பிடப்பட்ட முக்கிய தளங்களுக்குள்ளும் அவற்றைச் சுற்றியும் அமையும். பின்வரும்

செயல்முறை வரைபடம், சூழல் அமைப்பை இயங்க வைக்கத் தேவையான குறைந்தபட்ச அடிப்படை நடவடிக்கைகளைக் காட்டுகிறது. இதுவே முழு சூழல் அமைப்பின் இதயம் போன்ற முக்கிய இயந்திரமாகும். இந்த இயந்திரம் எத்தனைக் காலம் எவ்வளவு வலுவாக இயங்குகின்றதோ, அந்த அளவிற்கு முழு சூழல் அமைப்பும் செழிக்க முடியும். புரிந்து கொள்ளும் வசதிக்காகவும் இடப்பற்றாக்குறை காரணமாகவும், ஆன்லைன் சந்தையைப் பயன்படுத்தும் ஒரே ஒரு கிராமம் மட்டுமே இங்கு காட்டப்பட்டுள்ளது. ஆனால், பல மாநிலங்களில் உள்ள பல மாவட்டங்களைச் சேர்ந்த பல கிராமங்கள் இந்தச் சந்தையைப் பயன்படுத்தும்.

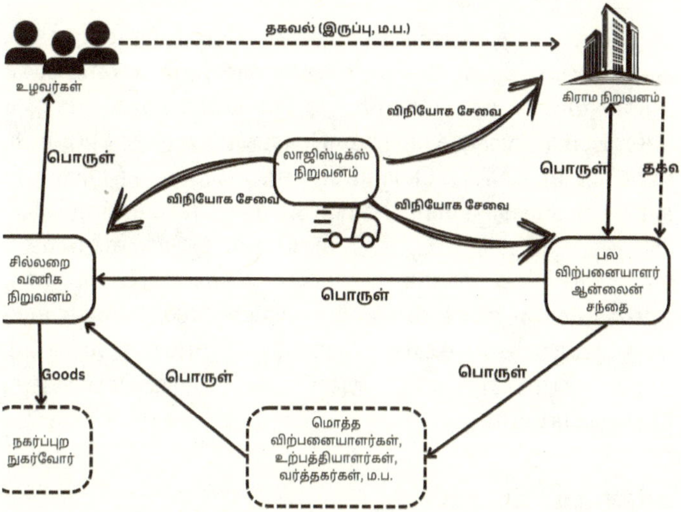

இந்த இயந்திரத்தில் உள்ள கூறுகளின் பங்கு என்ன என்பதைப் பார்ப்போம்.

உழவர்களின் பங்கு

உழவர்கள் தங்களுக்குத் தேவையான அன்றாட அத்தியாவசியப் பொருட்களைக் குழுவின் சில்லறை வணிக நிறுவனத்தில் (retail business) இருந்து வாங்குகிறார்கள். மேலும், அறுவடை தொடர்பான தங்களின் அனைத்துத் தகவல்களும் சந்தையில் (marketplace)தங்களின்கிராம நிறுவனத்தின்கணக்கில் உள்ளீடு செய்வார்கள். உழவர்கள், கிராம நிறுவனம் மற்றும் சூழலமைப்பின் வணிக நிறுவனங்களுக்கு இடையே நடக்கும் பரிவர்த்தனைகளின் சிறிய வடிவம் இதுவாகும்.

கிராம நிறுவனத்தின் பங்கு

அறுவடைத் தகவல்கள், விலை, கிரமம் (grade), தரம், கிடைக்கும் தேதி போன்ற அனைத்தும் ஆன்லைன் சந்தையில் சரியாகவும் துல்லியமாகவும் பதிவு செய்யப்படுவதைக் கிராம நிறுவனம் உறுதி செய்யும். ஒரு ஆர்டரைப் பெறும்போது, கிராம நிறுவனம் தாங்கள் வகுத்துள்ள கொள்கைகளைப் பயன்படுத்தி அந்த ஆர்டரைப் பூர்த்தி செய்யும். இங்கு கவனிக்க வேண்டிய காரணிகள் பல உள்ளன, ஆனால் முக்கியமான விஷயம் என்னவென்றால், எந்தவொரு சாதாரண வணிகத்தைப் போலவே கிராம நிறுவனமும் அந்த ஆர்டரை ஒரு அணியாக ஒருங்கிணைந்து பூர்த்தி செய்யும்.

சந்தையின் பங்கு

பிராந்திய நிறுவனத்தால் இயக்கப்படும் இந்த இணையவழி சந்தையானது, சம்பந்தப்பட்ட அனைத்துத் தரப்பினருக்கும் துல்லியமான தகவல்களை வழங்கும். மேலும், பிராந்திய நிறுவனம்/

தலைமை கூட்டமைப்பு உருவாக்கிய கொள்கைகளின் அடிப்படையில், சரக்கு நகர்வு முடியும். முடிந்த பிறகு அனைத்து நிதித் தீர்வுகளும் (financial settlements) நிறைவு பெரும்.

சில்லறை வணிக நிறுவனத்தின் பங்கு

குழுமத்தின் சில்லறை வணிக நிறுவனம் ஒரு தனித்தியங்கும் பிரிவாகச் செயல்படும். இருப்பினும், சாத்தியமுள்ளபோது இயன்றவரை ஆன்லைன் சந்தையிலிருந்து பொருட்களைக் கொள்முதல் செய்யும். இது பிற உற்பத்தியாளர்கள், விநியோகஸ்தர்கள் போன்றோரிடமிருந்தும் கொள்முதல் செய்யும். மேலும் அனைத்து நுகர்வோரின் (கிராமங்கள், நகரங்கள் மற்றும் மாநகரங்களில் உள்ள விவசாய உறுப்பினர்கள் மற்றும் உறுப்பினர் அல்லாதவர்கள்) தேவைகளையும் பூர்த்தி செய்யும்.

தளவாட நிறுவனத்தின் பங்கு

மேற்கூறிய அனைத்து அமைப்புகளுக்கும் தளவாட/ போக்குவரத்து சேவைகள் (logistics services) தேவைப்படும். குழுமத்தின் தளவாட நிறுவனம் அந்தத் தேவைகளைப் பூர்த்தி செய்யும். இதுவும் ஒரு தனித்தியங்கும் பிரிவாகச் செயல்படும். அதன் நிதிச் செயல்பாடுகளுக்கு (financial performance) அதுவே முழுப் பொறுப்பேற்கும்.

மைய செயல்படுத்தி

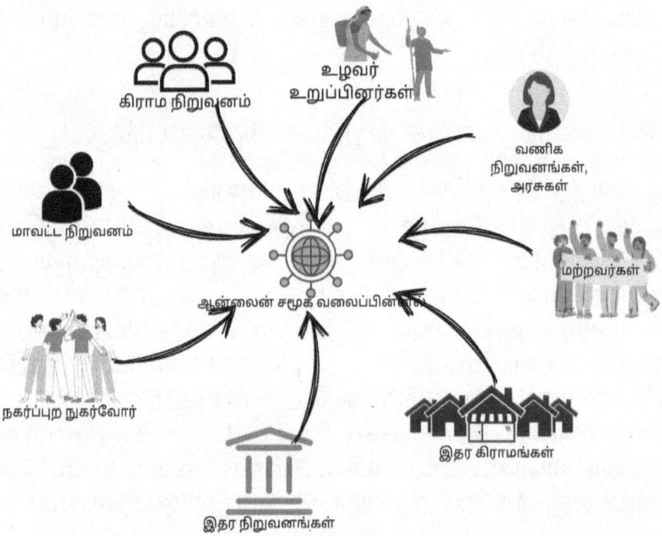

மாவட்ட நிறுவனம், கிராம நிறுவனம், சில்லறை வணிக நிறுவனம், உழவர்கள் மற்றும் அனைத்து பங்கேற்பாளர்களும் இந்த சமூக வலைப்பின்னலில் உருவாகும் தொடர்புகளால் பயன்பெறுவார்கள். ஒவ்வொருவரும் தங்கள் முக்கிய வாடிக்கையாளர்களை இந்தச் சமூக வலைப்பின்னலுக்குள் கொண்டு வருவார்கள். இது போன்ற பன்முகத் தகவல் பரிமாற்றத் தளம், வரும் காலங்களில் பல வழிகளில் நிலையான வளர்ச்சிக்கு உந்துசக்தியாக இருக்கும்.

இந்த மைய வலைதளக் கட்டமைப்பின் (core network platform) சில சிறப்பம்சங்கள் மற்றும் செயல்பாடுகள் கீழே கொடுக்கப்பட்டுள்ளன:

1. விழிப்புணர்வை மேம்படுத்துதல்:

   இது ஒட்டுமொத்த சூழல் அமைப்பிலும் (eco-system) விழிப்புணர்வை மேம்படுத்துவதற்கான ஒரு முக்கிய வழியாக இருக்கும். விழிப்புணர்வை ஏற்படுத்துவது என்பது ஒருமுறை செய்யும் செயலல்ல. அது தானாகவே வளரக்கூடிய ஒரு மனப்பான்மை. எனவே, புதிய முறைகள், நடைமுறைகள் மற்றும் செயல்பாடுகளை நீண்ட காலத்திற்குத் தொடர்ந்து வலியுறுத்துவது அவசியமாகும். காலப்போக்கில், இது தானாகவே வலுப்பெறும் ஒரு போக்காக மாறும்.

2. தகவல் பரிமாற்றம்:

   இந்தச் சூழல் அமைப்பில் நடக்கும் முக்கிய நிகழ்வுகளைப் பகிர்ந்துகொள்வதற்கான முதன்மையான ஊடகமாக (go-to media) இது செயல்படும்.

3. சிறந்த செயல்பாட்டாளர்களைக் காண்பித்தல்:

   ஒவ்வொருவரிடமிருந்தும் என்ன எதிர்பார்க்கப்படுகிறது மற்றும் எதைச் சாதிக்க முடியும் என்பதை விளக்குவதற்கு, சிறப்பாகச் செயல்படும் உழவர்கள், கிராமங்கள் மற்றும் மாவட்டங்களை முன்னுதாரணமாகக் காண்பித்தல்.

4. தனித்துவத்தை விளம்பரப்படுத்துதல்:

   ஒவ்வொரு அமைப்பின் தனித்துவத்தையும் வெளிப்படுத்துதல் மற்றும் விளம்பரப்படுத்துதல். அடிப்படையில், உங்கள் அடையாளத்தை உருவாக்கி, அதன் மூலம் உங்கள் பிராண்டை (brand) நிலைநிறுத்துதல்.

5. வணிகத் தொடர்பு:

   விற்பனையை அதிகரித்தல், வணிகத் தொடர்புகளை உருவாக்குதல், வாடிக்கையாளர்கள் மற்றும் வணிகப் பங்காளிகளுடன் இணைப்பை ஏற்படுத்துதல்.

6. திறமையுள்ள இளைஞர்களை பணியில் அமர்த்திட இது ஒரு முக்கிய ஊடகமாக இருக்கும்.

7. விளையாட்டு போட்டிகள், சிறப்பு முன்மாதிரிகள், முத்திரை உருவாக்கம் (brand-building) போன்றவைக்கு இது ஒரு முக்கிய ஊடகமாக இருக்கும்.

அத்தியாயம் 10

முன்னேற்றம்

இந்த சூழல் அமைப்பில் கோடிக்கணக்கான உழவர்கள், ஆயிரக்கணக்கான கிராமங்கள், நூற்றுக்கணக்கான மாவட்ட நிறுவனங்கள், சில மாநில கூட்டமைப்புகள், மற்றும் பலர் பங்கேற்கின்றனர். பங்கேற்று சிறப்பாகச் செயல்படும் நபர்கள்/ உட்பொருட்கள் முன்னேற வேண்டும். ஒருவர் எவ்வாறு பங்கேற்று சிறப்பாகச் செயல்பட முடியும் என்பதை கடந்த பக்கங்கள் காண்பித்தன. இறுதியாக, வெற்றியின் காரணிகள் அளவிடப்படும்போதுதான் முன்னேற்றம் நிகழ்கிறது. எவை அளவிடப்படுவதில்லையோ, அவை அநேகமாக ஒருபோதும் முன்னேற்றம் அடையாது. எனவே, வெற்றியின் காரணிகள் யாவை?

முதல் மற்றும் முதன்மையான காரணி, கிராமத்தின் உள்ள பணத்தின் (மற்றும் கடனின்) அளவு. இதற்கான அடிப்படை (baseline) அமைக்கப்பட்டவுடன், முன்னேற்றத்தைத் துல்லியமாக அறிந்துகொள்ள பல்வேறு உட்பொருட்களின் (விவசாயி, கிராம நிறுவனம், மாவட்ட நிறுவனம் போன்றவை) செயல்பாடுகளை வெவ்வேறு காலக்கட்டங்களில் அளவிட முடியும்.

பின்னர், விழிப்புணர்வு, ஒற்றுமை மற்றும் தொழில்நுட்பம் ஆகிய செயல்பாட்டின் மூன்று தூண்கள் போன்ற பிற காரணிகளும் உள்ளன. இவற்றை அளவிட முடியும். இவை முன்னேற்றத்துடன் நேரடித் தொடர்பைக் கொண்டிருக்கும்.

சமூக முன்னேற்றத்தை அளவிடுவதற்கான முதன்மை மையமாக கிராம அளவிலான நிறுவனம் இருக்கும். உயர் மட்டங்களின் (மாவட்ட நிறுவனம், மாநில நிறுவனம்) செயல்பாடானது, அதன் கீழ் உள்ள நிறுவனங்களின் ஒட்டுமொத்த செயல்பாடுகள் மற்றும் அந்த மட்டத்தில் உள்ள வணிக நிறுவனங்களின் செயல்பாடுகளைக் கொண்டு அளவிடப்படும்.

எனவே, ஒரு மாவட்ட நிறுவனத்தின் கீழ் உள்ள அனைத்து கிராம நிறுவனங்களும் சிறப்பாகச் செயல்பட்டு, அவற்றுக்கிடையேயான வேறுபாடுகள் மிகக் குறைவாக இருந்தால் மட்டுமே அந்த மாவட்ட நிறுவனம் சிறந்த செயல்திறன் கொண்டதாகக் கருதப்படும். ஒரு மாவட்டத்திற்குள் இருக்கும் இரண்டு கிராம நிறுவனங்களின் செயல்பாட்டிற்கு இடையே கணிசமான வேறுபாடு இருந்தால், அந்த மாவட்ட நிறுவனத்திற்குச் சிறப்பாகச் செயல்படும் கிராம நிறுவனத்தின் வெற்றியில் அதிகப் பங்கு இல்லை என்று பொருள்படும்.

இருப்பினும், செயல்பாட்டு மதிப்பீடு மற்றும் வெகுமதிகளுக்கான அளவுகோல்கள் எங்கும் நிலையானவை அல்ல. அவை சூழலமைப்பின் வளர்ச்சியைப் பொறுத்து மாறிக்கொண்டே இருக்கும்.

மதிப்பீட்டு முறை

தனிப்பட்ட உழவர்களின் செயல்பாட்டு காரணிகள்:

1. குழு நிறுவனங்களிடமிருந்து மேற்கொள்ளப்பட்ட கொள்முதல்.
2. கிராம நிறுவனத்திற்கு செய்யப்பட்ட விற்பனை.
3. குழுத் தளங்களில் (சமூக வலைத்தளம் போன்றவை) தீவிரமாகப் பங்கேற்பது.
4. கிராம நிறுவனத்தால் தீர்மானிக்கப்படும் பிற இலக்குகள்.

கிராம நிறுவனத்தின் செயல்பாட்டு காரணிகள்:

1. தனிப்பட்ட உழவர் உறுப்பினர்களிடமிருந்து செய்யப்பட்ட கொள்முதல்களின் மதிப்பு.
2. இதர மாவட்ட மற்றும் மாநில நிறுவனங்களுக்குச் செய்யப்படும் கொள்முதல்/விற்பனைகளின் மதிப்பு.
3. குறைந்தபட்ச ஈடுபாடு உள்ள உழவர் உறுப்பினர்களின் எண்ணிக்கை.
4. உறுப்பினர்களுக்கு வழங்கப்படும் சேவைகளின் எண்ணிக்கை மற்றும் மதிப்பு.
5. கிராம நிறுவனத்தின் நிதிச் செயல்பாடு.
6. சிறப்பு முன்னெடுப்புகளின் எண்ணிக்கை மற்றும் அவை உறுப்பினர்கள் மீது ஏற்படுத்தும் நன்மைகள்.
7. மாவட்ட நிறுவனத்தின் விவகாரங்களில் தீவிரமாகப் பங்கேற்பது.
8. குழும நிறுவனங்களுக்கு வழங்கப்பட்ட பணியாளர்களின் எண்ணிக்கை.
9. விவசாய உறுப்பினர்கள் மற்றும் கிராமங்களின் திருப்தி மதிப்பீடு (satisfaction rating).

10. மாவட்ட நிறுவனத்தால் தீர்மானிக்கப்படும் பிற இலக்குகள்.

மாவட்ட மற்றும் மாநில நிறுவனங்களின் செயல்பாட்டு காரணிகள்:

அனைத்து கிராம நிறுவனங்களும் எவ்வளவு சிறப்பாகச் செயல்படுகின்றன என்பது மாவட்ட மற்றும் மாநில அளவிலான நிறுவனங்களின் சீரான செயல்பாட்டின் நேரடி விளைவாக இருக்கும். உயர் மட்டங்களில், நிதி சார்ந்த அளவுகோல்களைத் தவிர, சமூகத் தாக்கம் (social impact) தொடர்பான குறியீடுகளும் அளவிடப்படும்.

உதாரணமாக, ஒவ்வொரு உழவரும் மற்றும் அவரது கிராமமும் ஒட்டுமொத்த தொலைநோக்கு பார்வையை எந்த அளவிற்கு உணர்ந்துள்ளனர் என்பது நீண்ட கால ஒட்டுமொத்த முன்னேற்றத்திற்கு முக்கிய காரணியாக இருக்கும்.

அதேபோல், சமூகங்களுக்கிடையே ஒற்றுமை எவ்வளவு சிறப்பாகக் கொண்டுவரப்பட்டுள்ளது மற்றும் ஒட்டுமொத்த அமைப்பு எவ்வளவு ஒருங்கிணைக்கப்பட்டுள்ளது என்பது முக்கியமான செயல்பாட்டு அளவுகோல்களாக (performance measures) இருக்கும். இந்தக் காரணிகள், சமூகம் சார்ந்த பிற முன்முயற்சிகளின் (initiatives) மீது பொதுவாக ஒரு வரவேற்கும் மனப்பான்மையை உருவாக்கும். இது நீண்ட கால அடிப்படையில், ஆரோக்கியமான பங்கேற்பு பொருளாதார முறைக்கு (participative economic system) வழிவகுக்கும்.

இவை தவிர, உயர்மட்ட அமைப்புகள் (higher-level entities) அவற்றின் கீழ் உள்ள குழும

வணிக நிறுவனங்களின் (முக்கிய தளங்கள்) செயல்பாடுகளைக் கொண்டும் அளவிடப்படும். இறுதியில், இந்த அமைப்புகள் ஒவ்வொன்றும் எவ்வாறு தடைகளை நீக்கி, தங்களுக்குக் கீழுள்ள அமைப்புகள் வலுவான முடிவுகளைப் பெற உதவுகின்றன என்பதே ஒட்டுமொத்த விரும்பத்தக்க விளைவாக அமையும். மாவட்ட மற்றும் மாநில அளவிலான அமைப்புகளுக்கு அவர்கள் சரிசெய்ய வேண்டிய தடைகள் பலவகைகளில் இருக்கலாம் (உதாரணமாக: தளத்தின் பயன்பாட்டை மேம்படுத்துதல் அல்லது கிராமக் குழுக்களுக்குக் கணக்கியல் அல்லது மின்-வணிகத் தளங்கள் குறித்துப்பயிற்சி அளித்தல்). ஆனால் அவற்றின் இறுதி நோக்கம் அந்தத் தளங்களை ஆக்கப்பூர்வமாகவும் திறமையாகவும் பயன்படுத்துவதே ஆகும்.

வெகுமதி அமைப்பு

இன்றைய நிறுவனங்களில், வெகுமதி அமைப்பின் (rewards package) முக்கியக் கூறுகளாக பணம் (ஆண்டு ஊக்கத்தொகை, ஊதிய உயர்வு, நிறுவன பங்குகள் போன்றவை), வாய்ப்புகள் (பதவி உயர்வுகள், புதிய சவால்கள்/ பணியிடங்கள் போன்றவை) மற்றும் அதிகாரம் (பதவி உயர்வு, தலைமைத்துவப் பொறுப்புகள் போன்றவை) ஆகியவை உள்ளன. இதுவே நமது சூழலமைப்பிலும் பின்பற்றப்படும். ஒவ்வொரு பிரிவும் அதன் செயல்பாட்டின் அடிப்படையில் மதிப்பிடப்பட்ட பிறகு, ஒவ்வொரு மதிப்பீட்டுச் சுழற்சியிலும் அதற்கு ஒரு குறிப்பிட்ட மதிப்பெண் (relative score) வழங்கப்படும். அந்த மதிப்பெண்ணின் அடிப்படையில் ஒவ்வொரு பிரிவும் தனது வெகுமதியைப் பெறலாம்.

வெகுமதிகள் பின்வருமாறு அமையக்கூடும்:

1. இலாபங்கள் (Profits): குழும வணிக நிறுவனங்களின் (சில்லறை வணிகம் போன்றவை) இலாபத்தில் ஒரு பங்கு.
2. பங்குகள் (Stocks): குழும நிறுவனங்கள் மற்றும் புதிய நிறுவனங்களின் பங்குகளில் ஒரு பங்கு.
3. வேலைவாய்ப்பு (Employment): குழும நிறுவனங்களில் ஏற்படும் காலிப்பணியிடங்களில், அவர்களது குடும்ப உறுப்பினர்கள்/ கிராமம்/ மாவட்டத்தைச் சேர்ந்தவர்களுக்கு முன்னுரிமை அளித்தல்.
4. அடுத்த உயர்நிலை நிறுவனத்தில் தலைமைத்துவப் பொறுப்பு.
5. பங்களிப்புக் கட்டணம் (Contribution fee): குறிப்பிடத்தக்க சிறப்பான செயல்பாட்டை வெளிப்படுத்தும் தனிப்பட்ட பங்களிப்பாளர்களுக்கு வழங்கப்படுவது.

வெகுமதித் திட்டத்தை வடிவமைக்க பல்வேறு வழிகள் உள்ளன. மேலும், அவ்வப்போது அதை மறு ஆய்வு செய்யலாம். ஆனால் வெகுமதிகள் எப்படி இருக்கும் என்பது குறித்த இது ஒரு தொடக்கப் புள்ளியே ஆகும்.

பகுதி III

நகர்வு

அத்தியாயம் 11

செயல்பாட்டில் கொள்கைகளும் தூண்களும்

ஒரு தயாரிப்பு அல்லது சேவைக்கான தேவையை நீங்கள் கண்டறிந்து, அந்தத் தயாரிப்பை பெற்று (உற்பத்தி செய்வதன் மூலம் அல்லது மொத்தமாக வாங்குவதன் மூலம்), அதைத் தேவைப்படுபவர்களுக்கு விற்பனை செய்வது ஒரு வணிகம் ஆகும்.

இது பொருளாதார ரீதியாக நிலையான முறையில் செய்யப்படும்போது (அதாவது, வணிகத்தை நடத்துவதற்கான செலவு, அதன் வருவாயை விடக் குறைவாக இருக்கும்போது), ஒரு லாபகரமான, நிலையான வணிகத்தை உருவாக்கலாம்.

உதாரணம்:

உங்கள் கிராமத்தில் ரொட்டிக்கு தேவை இருப்பதாக வைத்துக்கொள்வோம். ஒரு வியாபாரி வாரம் தோறும் குறைந்தது 100 ரொட்டி அலகுகள்/ பாக்கெட்/ யூனிட் விற்பனை செய்கிறார்.

வாராந்திர தேவை = 100 அலகுகள்

உங்களுக்கு 100 அலகுகளை, ஒரு அலகிற்கு ரூ. 30 வீதம் வழங்கக்கூடிய ஒரு மொத்த வியாபாரி கிடைப்பதாக வைத்துக்கொள்வோம்; நீங்கள் ஒவ்வொன்றையும் ரூ. 40-க்கு விற்க விரும்புகிறீர்கள்.

கொள்முதல் செலவு = 30 x 100 = ரூ. 3,000

போட்டியைச் சமாளிக்க, நீங்கள் ரூ. 40 விற்பனை விலையில் ரூ. 2 தள்ளுபடி வழங்குகிறீர்கள். அந்த வாரத்தில் உங்களால் அனைத்துப் பொருட்களையும் விற்க முடிகிறது.

வாரத்தின் மொத்த விற்பனை = 38 x 100 = ரூ. 3,800

மாதத்தின் மொத்த விற்பனை = 3,800 x 4 = ரூ. 15,200

வருவாய்க்கும் கொள்முதல் செலவிற்கும் இடையிலான வித்தியாசமே இலாப வரம்பு (Margin) ஆகும்.

வாராந்திர இலாப வரம்பு = 3,800 - 3,000 = ரூ. 800

மாதாந்திர இலாப வரம்பு = 800 x 4 = ரூ. 3,200

தொழிலை நடத்துவதற்கான அனைத்துச் செலவுகளையும் இந்தத் தொகையிலிருந்தே ஈடுகட்ட வேண்டும், மேலும் இதில் ஒரு உபரித் தொகை (இலாபம்) இருக்க வேண்டும்.

விற்பனை செய்யவும், விநியோகிக்கவும் மற்றும் கணக்குகளைப் பராமரிக்கவும் நீங்கள் ஒருவரை பகுதிநேர அடிப்படையில் பணியமர்த்தியுள்ளீர்கள். அந்த ஊழியருக்கு வாரத்திற்கு ரூ. 200 சம்பளம் வழங்கப்படுகிறது.

வாராந்திர கூலி = ரூ. 200

மாதாந்திர கூலி = 200 x 4 = ரூ. 800

நீங்கள் ஒரு சிறிய கடையை மாத வாடகை ரூ. 500-க்கு எடுத்துள்ளீர்கள்.

வாடகை = ரூ. 500 / மாதம்

ஒரு மாதத்திற்குப் பிறகு கணக்கில் வரும் அனைத்து வருமானங்களும் செலவுகளும் கீழே பட்டியலிடப்பட்டுள்ளன. இது வருமான அறிக்கை (Income Statement) என்று அழைக்கப்படுகிறது.

விவரம்	தொகை (ரூ.)	விளக்கம்
விற்பனை	15,200	வருவாய்
கொள்முதல்	12,000	கையகப்படுத்தும் செலவு
விளிம்பு	3,200	விற்பனை - கொள்முதல்
ஊதியம்	800	செலவு 1
வாடகை	500	செலவு 2
இலாபம்	1,900	விளிம்புத் தொகை - செலவுகள்

அனைத்து, பெரிய மற்றும் சிறிய, வணிகங்களின் இயல்பும் இதுதான். இவ்வளவுதான்.

ஒரு வணிகத்தை நிர்வகிப்பதில் உள்ள சிக்கலானது, மேலே உள்ள ஒவ்வொரு அம்சத்தின் எண்ணிக்கையும் தவிர்க்க முடியாமல் அதிகரிப்பதாலேயே ஏற்படுகிறது — உற்பத்தி பொருட்கள், இடுபொருட்கள், ஊழியர்கள், பொருட்கள் கொள்முதல்/ வரவு, பொருட்கள் விற்பனை/ வழங்கல், செலவுகள், விற்பனையாளர்களுக்கு செலுத்தும் தொகை,

வாடிக்கையாளர்களிடமிருந்து பெறும் தொகை... போன்றவை. ஒரு பொருளைப் பெறுவது என்பது மொத்த கொள்முதல் மூலமாகவோ அல்லது உற்பத்தியின் மூலமாகவோ நடக்கலாம். உற்பத்தியில் இடர்பாடுகள் இன்னும் அதிகமாக இருக்கும்.

வணிகம் என்றாலே எண்ணிக்கை தான். வணிகத்தின் முதல் படியே கணக்கிடுவதுதான். அடுத்த நாளின் செயல்களை திட்டமிடுவது முதல் ஐந்து வருடங்களில் இலக்குகளை எட்டும் வரை அனைத்துமே கணக்குதான். பட்ஜெட் முதலில் இடும் கணக்கு, வருமான அறிக்கை இறுதியில் இடும் கணக்கு. மாத/ வருட பட்ஜெட், மாத/ ஆண்டு வருமானம் போன்ற பலவற்றை நீங்கள் நினைவுகூறலாம்.

ஒருவர் உற்சாகமடைந்து உடனடியாக ஒரு தொழிலைத் தொடங்க விரும்பலாம். ஆனால், எல்லோரும் அதை நடத்த விரும்பினால், யாரும் மற்றவரிடமிருந்து வாங்க மாட்டார்கள், அதனால் அனைவருக்கும் நஷ்டம் ஏற்படும். இந்தத் தொழிலை கிராமத்து நிறுவனமே நடத்த அனுமதித்து, ஒரு விசுவாசமான வாடிக்கையாளராக இருந்து அதற்கு ஆதரவளிப்பதே போதுமானது, பயனளிக்கக்கூடியது.

அத்தியாயம் 12

ஒன்றிணைப்பு

உங்கள் மாவட்டத்தில் உள்ள ஐந்து கிராமங்கள் ஒரு விநியோகஸ்தரிடமிருந்து ரொட்டிகளை வாங்கி, அவற்றை அந்தந்த கிராமங்களில் விற்பனை செய்து வருகின்றன. கடந்த பல மாதங்களாக இந்தத் தொழிலை லாபகரமாக நடத்தி வருவதால், வணிகம் எவ்வாறு செயல்படுகிறது என்பதை அவர்கள் நன்கு புரிந்து வைத்துள்ளனர்.

தற்போது, இந்த ஐந்து கிராமங்களும் இணைந்து அதே தொழிலை மாவட்ட அளவில் நடத்த முன்வந்து திட்டம் வகுத்துள்ளன. இதற்காக, ஒரு மாவட்ட அளவிலான வணிக அமைப்பை உருவாக்கியுள்ளன. இந்த அமைப்பு புதிய வணிகத்தின் அனைத்து இலக்குகளையும், திட்டங்களையும், செயல்பாடுகளையும் கையாளும் பொறுப்பை ஏற்கும்.

இந்தப் புதிய வணிக அமைப்பு மேற்கொண்ட ஆய்வில், 10,000 வீடுகள் கொண்ட மாவட்டத்தின் முக்கிய நகரத்தில் வாரத்திற்கு 4,000 அலகுகள் ரொட்டிக்கான தேவை இருப்பதை கண்டறிந்துள்ளது. இந்த 4,000 அலகுகளில், 500 அலகுகளை 50% கூடுதல் செலவில் (தற்போதய செலவுகளிலிருந்து) தங்களால்

விநியோகிக்க முடியும் என்று அந்த அமைப்பு மதிப்பிட்டுள்ளது.

இதனைச் செயல்படுத்துவதற்காக, அந்த குழு ஒரு சேமிப்புக் கிடங்கை வாடகைக்கு எடுத்துள்ளது. மேலும், நம் ஐந்து கிராமங்களில் உள்ள தற்போதைய வளங்களைப் பயன்படுத்துவதோடு, தேவைக்கேற்ப கூடுதல் பணியாளர்களையும் வளங்களையும் பயன்படுத்துகிறது.

எனவே, புதிய நிறுவனம் கிராமங்களில் விற்கப்படும் 500 அலகுகள் (units) தவிர, தனியாக 500 அலகுகளை விற்பனை செய்யும். அந்த மாவட்டத்தில் ஒரு வாரத்திற்கு விற்கப்படும் மொத்த அளவு 1,000 அலகுகள் ஆகும்.

4 வாரங்களில் விற்கப்பட்ட அளவு = 1,000 x 4

மொத்த விற்பனை அளவு = 4,000 அலகுகள்

வருவாய் (Revenue) = 4,000 x 38 = ரூ. 1,52,000

கொள்முதல் (Purchases) = 4,000 x 30 = ரூ. 1,20,000

விளிம்புத் தொகை (Margin) = 32,000

செலவுகள் (Expenses) = 1,300 x 5 கிராமங்கள் = ரூ. 6,500

நகரத்தின் செலவுகள் (50% அதிகம்) = 6,500-இல் 50% = ரூ. 3,250

மொத்தச் செலவுகள் = ரூ. 9,750

லாபம் (Profit) = 32,000 - 9,750 = 22,250

ஒவ்வொரு கிராமத்திற்கான லாபம் = 22,250/5 = ரூ. 4,450

விவரம்	தொகை (ரூ.)	விளக்கம்
விற்பனை	1,52,000	வருவாய்
கொள்முதல்	1,20,000	கையகப்படுத்தும் செலவு
வரம்பு	32,000	வருவாய் - கொள்முதல்
ஊதியம்	4,000	செலவு 1
வாடகை	2,500	செலவு 2
நகரம்	3,250	நகரச் செலவுகள்
லாபம்	22,250	வரம்பு - செலவுகள்
லாபம்/ கிராமம்	4,450	லாபம்/ கிராமங்களின் எண்ணிக்கை

ஒவ்வொரு கிராமத்திற்கும் 1,900 ரூபாயாக இருந்த லாபம், அருகிலுள்ள நகரத்திற்கு வணிகத்தை விரிவுபடுத்தியதன் மூலம் (மாவட்ட அளவில் இயக்கியதன் மூலம்) 4,450 ரூபாயாக உயர்ந்துள்ளது. அதேபோல, மாநில அளவில் செயல்படுத்தினால் லாபத்தை இன்னும் அதிகரிக்க முடியுமா?

மாநில அளவு

மாநிலத்திலுள்ள ஐந்து மாவட்டங்கள் விநியோகஸ்தர்களிடமிருந்து ரொட்டியைகொள்முதல் செய்து, அவற்றை அந்தந்த மாவட்டங்களில் விற்கும் திறன் கொண்டவையாக மாறியுள்ளன. இந்த மாவட்ட அமைப்புகள் பல மாதங்களாக ரொட்டி சில்லறை விற்பனை வணிகத்தை லாபகரமாக நடத்தி வருகின்றன.

இந்த ஐந்து மாவட்டங்களும் இணைந்து அதே வணிகத்தை மாநில அளவில் நடத்த முன்வந்து திட்டம் வகுத்துள்ளன. இதற்காக, ஒரு மாநில அளவிலான வணிக அமைப்பை உருவாக்கியுள்ளன. இந்த அமைப்பு புதிய வணிகத்தின் அனைத்து இலக்குகளையும், திட்டங்களையும், செயல்பாடுகளையும் கையாளும் பொறுப்பை ஏற்கும்.

தற்போது ஐந்து மாவட்டங்களில் மாதத்திற்கு 20,000 யூனிட்கள் விற்பனை செய்யப்படுகின்றன. புதிய மாநில அமைப்பு, மாநிலம் முழுவதும் உள்ள நகரங்கள் மற்றும் மாநகரங்களில் கவனம் செலுத்துவதன் மூலம் விற்பனையை குறைந்தபட்சம் இரண்டு மடங்காக அதிகரிக்க முடியும் என்று மதிப்பிடுகிறது. மாநில அரசால் நிறுவப்பட்ட உணவுப் பூங்காவில் (Food Park) ரொட்டி தயாரிக்குமாறும் அந்த அமைப்பு பரிந்துரைக்கிறது. மாதத்திற்கு 1,00,000 யூனிட்கள் உற்பத்தி செய்யும் திறன் கொண்ட இந்த ஆலையில், உற்பத்திச் செலவு ஒரு யூனிட்டுக்கு ரூ. 15 ஆக இருக்கும் என்று மதிப்பிடப்பட்டுள்ளது. செலவை 80% அதிகரிப்பதன் மூலம் விற்பனையை இரண்டு மடங்காக (100%) உயர்த்த முடியும் என்று மாநில அமைப்பு கணக்கிட்டுள்ளது. இதன் விளைவாக, பேக்கிங் (baking) துறையில் உள்ள நிபுணர்களால் நடத்தப்படும் முதல் நாளிலிருந்தே லாபகரமான ரொட்டி உற்பத்தி வணிகம் உருவாகும். மாநில அளவில் முதல் நாளிலிருந்தே லாபகரமாக இயங்கக்கூடிய ரொட்டி விற்பனை வணிகமும் அமையும்.

இறுதியில், இந்த வணிகங்கள் கிராமங்களின் லாபத்தை பல மடங்கு அதிகரிக்க வழிவகுக்கும்.

அத்தியாயம் 13

சுழற்சி முற்றுபெறுதல்

ரொட்டி தயாரிப்பில் முக்கிய மூலப்பொருளான கோதுமையைக் கொள்முதல் செய்வதற்காகவே அதிகப்படியான செலவு செய்யப்படுவதை அந்த மாநிலக் குழு கண்டறிந்துள்ளது. இந்தச் சூழலியல் அமைப்பின் முக்கியத் தளங்களில் ஒன்றான, பல விற்பனையாளர்களைக் கொண்ட இணையவழிச் சந்தையிலிருந்து (Online Marketplace) அவர்கள் அனைத்து கோதுமையையும் பெறுகிறார்கள். நம் மாவட்டங்களில் உள்ள உழவர்கள், வரவிருக்கும் அறுவடை குறித்த அனைத்துத் தகவல்களையும் இந்த இணையவழிச் சந்தையில் பதிவேற்றம் செய்கிறார்கள். மேலும், ரொட்டி தயாரிப்பு நிறுவனம் தனது தேவையில் மூலப்பொருட்களை 100% இந்தச் சந்தையிலிருந்தே பெற வேண்டும் என்று உழவர்களால் உத்தரவிடப்பட்டுள்ளது.

இந்த ரொட்டி தயாரிப்பு நிறுவனம் மற்றும் ரொட்டி விற்பனை நிறுவனம் ஆகிய இரண்டும் (நமது ஐந்து மாவட்டங்களில் உள்ள) 25 கிராமங்களுக்குச்

சொந்தமானவை. எனவே, இந்த ரொட்டி நிறுவனங்களின் லாபம் அதன் உரிமையாளர்களான அந்த 25 கிராமங்களின் உழவர்களுக்கு சென்றடைகிறது.

ரொட்டி தயாரிப்பு நிறுவனத்தின் வருமான அறிக்கை:

உற்பத்தி = 40,000 அலகுகள் / மாதம்

உற்பத்திச் செலவு = 15 x 40,000 = ரூ. 6,00,000

இதர செலவுகள் (போக்குவரத்து/விநியோகம் போன்றவை) = ரூ. 8 / அலகு

மொத்த இதர செலவுகள் = 8 × 40,000 = ரூ. 3,20,000

விற்பனை மூலம் கிடைத்த வருவாய் = 30 × 40,000 = ரூ. 12,00,000

விவரம்	**தொகை (ரூ.)**	**விளக்கம்**
விற்பனை	12,00,000	வருவாய்
உற்பத்தி	6,00,000	கையகப்படுத்தும் செலவு
விளிம்புத் தொகை	6,00,000	வருவாய் - உற்பத்தி
இதர செலவுகள்	3,20,000	இதர செலவுகள்
லாபம்	2,80,000	விளிம்பு - செலவுகள்

ரொட்டி சில்லறை விற்பனை நிறுவனத்தின் வருமான அறிக்கை

விற்கப்பட்ட மொத்த அளவு = 40,000 அலகுகள்

வருவாய் = 40,000 x 38 = ரூ. 15,20,000

கொள்முதல் (Purchases) = 40,000 x 30 = ரூ. 12,00,000

விளிம்புத் தொகை (Margin) = 3,20,000

செலவுகள் (Expenses) = 1,300 x 25 கிராமங்கள் = ரூ. 32,500

நகரங்களில் செலவுகள் (80% அதிகம்) = 32,500-இல் 80% = ரூ. 26,000

மொத்த செலவுகள் (Total expenses) = ரூ. 58,500

லாபம் (Profit) = 3,20,000 – 58,500 = 2,61,500

விவரம்	**தொகை (ரூ.)**	**விளக்கம்**
விற்பனை	15,20,000	வருவாய்
கொள்முதல்	12,00,000	கையகப்படுத்துதல் செலவு
லாப வரம்பு	3,20,000	வருவாய் - கொள்முதல்
செலவுகள்	58,500	செலவுகள்
லாபம்	2,61,500	விளிம்புத் தொகை - செலவுகள்

இரு நிறுவனங்களின் மொத்த லாபம்

விவரம்	**தொகை (ரூ.)**	**குறிப்பு**
உற்பத்தி லாபம்	2,80,000	Manufacturing profit
சில்லறை விற்பனை லாபம்	2,61,500	Retailing profit
மொத்த லாபம்	5,41,500	Total profit

ஒரு கிராமத்திற்கான மொத்த லாபம் 5,41,500/25 = 21,660

எனவே, மற்ற புவியியல் பகுதிகளில் உள்ள உழவர்களுடன் இணைந்து செயல்பாடுகளை விரிவுபடுத்துவதன் மூலம், ஒவ்வொரு கிராமத்திற்கும், கிராம அளவில் செயல்படும் போது கிடைக்கும் லாபம் ரூ. 1,900-லிருந்து, மாவட்ட அளவில் செயல்படும் போது ரூ. 4,450-ஆகவும், மாநில அளவில் செயல்படும் போது ரூ. 21,660-ஆகவும் அதிகரிக்கும்.

இங்கு கவனிக்கப்பட வேண்டியது என்னவென்றால், உழவு முதல் வணிகம் வரையிலான சுழற்சி முழுமை பெற்றுள்ளது – உழவர்கள் தங்களது கோதுமையை ரொட்டி தயாரிக்கும் நிறுவனத்திற்கு விற்றுள்ளனர். ரொட்டி தயாரிக்கும் நிறுவனத்தின் லாபமும், ரொட்டி சில்லறை வணிக நிறுவனத்தின் லாபமும் உழவர்களுக்கே சென்றடைகிறது. இந்த விற்பனை விதிகளானது எப்போதும் உழவர்களுக்குச் சாதகமாகவே கட்டமைக்கப்படுகிறது.

அத்தியாயம் 14

நிறுவன உற்பத்தி

இப்போது நம் கிராமங்களில் உள்ள உழவர்கள் உற்பத்திச் செயல்பாட்டில் தேவையின் (demand) முக்கியத்துவத்தைப் பற்றிய நுணுக்கமான புரிதலையும், ஆழ்ந்த விழிப்புணர்வையும் பெற்றிருப்பார்கள். அடுத்த ஆண்டு ஒரு ரொட்டி தயாரிப்பு நிறுவனத்திற்கு எவ்வளவு கோதுமை தேவைப்படும் என்பதைத் தெரிந்துகொள்வதன் மூலம், உழவர்களும் கிராம நிறுவனமும் எவ்வளவு உற்பத்தி செய்ய வேண்டும் என்பதைத் தெரிந்துகொள்ள முடியும்.

உற்பத்தியும் நுகர்வும் நாணயத்தின் இரு பக்கங்கள். உற்பத்தி இல்லாமல் நுகர்வு இருக்க முடியாது; அதேபோல், நுகர்வு இல்லாமல் உற்பத்தி என்பது இல்லாமல் போகும், வீணாகிவிடும் அல்லது மதிப்பு குறைந்துவிடும்.

இதுவரை, கிராம நிறுவனம் என்பது உழவர்கள் ஒன்றிணைந்து தங்களின் நுகர்வுத் திறனை வெளிப்படுத்தும் ஒரு கருவியாகச் செயல்பட்டு வருகிறது. அதாவது, அவர்கள் தங்களின் நுகர்வை ஒருங்கிணைத்து முறைப்படுத்தியுள்ளனர்.

அந்த செல்வாக்கைக் கொண்டு, அதனுடன் வணிகத்தின் வலிமையைப் பயன்படுத்தித் தங்களின் வருவாயையும், இலட்சியங்களையும், இலக்குகளையும் அதிகரித்துள்ளனர்.

உழவர்கள் அந்த நாணயத்தின் மறுபக்கமான உற்பத்தியின் ஆற்றலை இன்னும் பயன்படுத்தவில்லை. அதாவது, அவர்கள் இன்னும் தங்கள் உற்பத்தி நடவடிக்கைகளை முறையாக ஒருங்கிணைத்து பயனுறவில்லை.

ஒரு சாதாரண உற்பத்தி நிறுவனத்தில் (உதாரணமாக ஒரு ரொட்டி தயாரிப்பு நிறுவனம் அல்லது கார் தயாரிப்பு நிறுவனம்), அனைத்து உற்பத்தி நடவடிக்கைகளும் ஆர்டர் அல்லது தேவையைக் கணித்தல் (Demand estimate) மற்றும் செயல்பாட்டுக் கட்டுப்பாடு (Operational control) ஆகியவற்றிலிருந்தே தொடங்குகின்றன.

செயல்பாட்டு கட்டுப்பாடு (உழவர்களுக்கு இது புதிதில்லை) என்பது எளிமையாகச் சொன்னால்:

- சரியான உள்ளீடுகள் சரியான நேரத்தில் கிடைப்பதை உறுதி செய்தல்.
- சரியான செயல்முறைகளை சரியான நேரத்தில் செயல்படுத்துவதை உறுதி செய்தல்.

ஒரு கிராம நிறுவனம், தனி ஒரு உழவரின் உற்பத்தி நடவடிக்கைகளில் அவர்களுக்கு உதவலாம் அல்லது அவர்களின் பண்ணைகளை வாடகைக்கு எடுத்து அனைத்து உற்பத்தி நடவடிக்கைகளையும் ஒருங்கிணைக்கலாம். ஒரு கிராம நிறுவனம் உற்பத்தி நடவடிக்கைகளின் பொறுப்பை ஏற்கும்போது,

செயல்பாட்டுக் கட்டுப்பாட்டைக் கொண்டு வருவது மிகவும் எளிதாகவும் பயனுள்ளதாகவும் மாறுகிறது.

உற்பத்தி நடவடிக்கைகளை ஒருங்கிணைத்து மையப்படுத்துவதன் மூலம், உழவர்கள் அன்றாட மன அழுத்தங்களிருந்தும், சிரமங்களிலிருந்தும் தங்களை விடுவித்துக் கொள்கிறார்கள். அனைத்து உற்பத்தி அம்சங்களையும் நிர்வகிப்பதற்கான நிதிச் செலவுகள், அறுவடைக்குப் பிந்தைய பணிகள் மற்றும் விற்பனை செயல்முறைகளில் இருந்து தங்களை விடுவித்துக் கொள்கிறார்கள். அதற்கு ஈடாக, அவர்கள் வேலைவாய்ப்பு வருமானம், வாடகை வருமானம் மற்றும் தாங்கள் வழங்கிய நிலம், உழைப்பு மற்றும் மூலதனத்தின் விகிதத்திற்கு ஏற்ப லாபத்தில் ஒரு பங்கையும் பெற முடியும்.

அத்தியாயம் 15

உழவர் காலம்

உழவர்கள் ஆழ்ந்த விழிப்புணர்வு பெற்றவர்களாகவும், வலுவான ஒற்றுமை கொண்டவர்களாகவும், தொழில்நுட்ப வசதி படைத்தவர்களாகவும் மாறியுள்ளனர். பெருநிறுவனங்கள் எவ்வாறு நடத்தப்படுகின்றன என்பதை அவர்கள் அறிவார்கள். மேலும் அவர்கள் பல ஆண்டுகளாக லாபகரமான பல தொழில்களை நடத்தி வருகின்றனர். தங்களது பிரச்சினைகளைத் தாங்களே தீர்க்க முடியும் என்றும், தேவைப்பட்டால் மற்றவர்களின் பிரச்சினைகளையும் தீர்க்க முடியும் என்றும் அவர்கள் இயல்பாகவே நம்புகிறார்கள். மாறிவரும் எந்தவொரு சமூக-பொருளாதாரச் சூழலிலும், தங்களது பொருளாதார மற்றும் சமூக நலனைப் பாதுகாக்கவும் வளர்க்கவும் அவர்களுக்கு வலுவான பிடிமானம் உள்ளது. எதற்கும் யாரையும் சார்ந்து இருக்காமல் அவர்கள் சுதந்திரமாக வாழ்கிறார்கள்.

அவர்கள் வலுப்படுத்திய முதல் மற்றும் மிக முக்கியமான சமூகக் கட்டமைப்பு, தங்களது குழந்தைகளின் கல்வி ஆகும். தங்களது பள்ளிகளில் கற்பிப்பதற்கு மிகச் சிறந்த மற்றும் ஆர்வமுள்ள

ஆசிரியர்கள் பணியமர்த்தப்படுவதை அவர்கள் உறுதி செய்தனர்.

கிராம நிறுவனம் விவசாய நடவடிக்கைகள் மற்றும் பிற அன்றாடப் பணிகளை நிர்வகிக்கும் சுமையை முழுமையாக ஏற்றுக்கொள்கிறது. உழவர்களின் வாழ்க்கை மிகவும் எளிதாகவும், செழிப்பாகவும் இருப்பதை அந்த கிராம நிறுவனம் உறுதி செய்கிறது. நிதிப் பாதுகாப்பு என்பது உழவரின் கவனத்தில் கடைசியான ஒன்றாக மாறிவிடுகிறது.

கிராமங்கள் புதுமை மற்றும் புதிய வாய்ப்புகளுக்கான களஞ்சியங்களாகவும், பாரம்பரியம் மற்றும் கலாச்சாரம், கல்வி, முற்போக்கான நவீனத்துவம் மற்றும் அமைதி ஆகியவற்றின் புகலிடமாக செழித்து திகழ்கின்றன.

கிராம நிறுவனத்தைத் தொடங்கியதன்மூலம், உழவர்கள் பல்வேறு உயர் நிலைகளில் ஒன்றிணைந்து ஒத்துழைக்கிறார்கள். இப்போது பல பெருநிறுவன வணிகங்கள் அவர்கள் கட்டுப்பாட்டில் உள்ளன. ஒட்டுமொத்தப் பொருளாதாரமும் உழவர் தொழிலதிபர்களின் இறுகிய கைப்பிடியில் உள்ளது. இதன் விளைவாக, அவரால் மாநில/ ஒன்றிய அரசுகளின் பொதுக் கொள்கையைத் தீர்மானிக்க முடிகிறது.

அவர்களுக்கு எல்லையற்ற ஆற்றல் கைவசமுள்ளது. இருப்பினும், இயற்கைக்கு அருகிலேயே இருப்பதாலும், அன்றாடம் அதனுடன் இணைந்து வாழ்வதாலும், அவர் மிகவும் எளிமையான மற்றும் யதார்த்தமான வாழ்க்கையை வாழ்ந்து வருகிறார்கள்.

தங்களிடம் உள்ளதைக் கொண்டு திருப்தி அடைந்து, தேவையிலுள்ளவர்களுக்கு உதவும் அளவிற்கு உணர்வுப்பூர்வமான மனமும் கொண்டவராகவும் அவர்கள் திகழ்கிறார்கள்.

தற்போது, சமூகத்தின் மிகவும் அழுத்தமான பிரச்சினைகளின் பக்கம் தனது கவனத்தைத் திருப்புகிறார். அந்தப் பிரச்சினைகளுக்கான தீர்வுகளைக் கற்பனை செய்யவும், தனது அபரிமிதமான ஆற்றல் மற்றும் காந்திய அறநெறிகளின் துணை கொண்டு, ஆதரவைத் திரட்டவும், வளங்களை ஒருங்கிணைக்கவும், எந்தவொரு தரப்பினரையும் ஒன்றிணைத்து தீர்வுகளைச் செயல்படுத்தவும் அவரால் முடிகிறது. நெடுங்காலமாகத் தொடர்ந்து வரும் மோதல்களையும், நீண்டகாலமாக நிலுவையில் உள்ள தர்க்கங்களையும் அவர் தீர்த்து வைக்கிறார்.

இதன் மூலம், நிலையான நீதியும் அமைதியும் நிலவும் ஒரு புதிய யுகத்தை அவர் தொடங்கி வைக்கிறார்.

பின் குறிப்பு

கடந்த 20 ஆண்டுகளில், அரசுத் துறைகள் மற்றும் அரசு சாரா அமைப்புகளின் (NGOs) ஆதரவுடன், இந்தியாவில் பல உழவர் உற்பத்தியாளர் நிறுவனங்கள் (FPCs) உருவாக்கப்பட்டுள்ளன. குறிப்பிடத்தக்க சில விதிவிலக்குகளைத் தவிர, பெரும்பாலான FPCக்கள் உழவர்களை வலுப்படுத்த தவறியுள்ளன. இதற்கான பல காரணங்களில் முக்கியமானவை பின்வருவன:

1. பெரும்பாலான உழவர்கள் நிறுவனத்தின் செயல்பாடுகளில் ஈடுபடுவதில்லை, ஈடுபடுத்தப்படுவதில்லை அல்லது ஒரு மையக் குழுவால் புறக்கணிக்கப்படுகின்றனர். உழவர்களிடையே காணப்படும் விழிப்புணர்வின்மை, அக்கறையின்மை மற்றும் தனது-விதி என்ற மனநிலை இதற்கான முக்கிய காரணங்களாக உள்ளன.

2. வெளிப்படைத்தன்மையும் நல்ல நிர்வாகமும் மையக் குழுவினரால் நடைமுறைப்படுத்தப்படுவதில்லை. அதேபோல், பிற உறுப்பினர்களாலும் அவை வலியுறுத்தப்படுவதில்லை. பல FPCக்கள் தங்களின் கணக்குகளை உண்மைத்தன்மையுடன் சமர்ப்பிப்பதோ, தங்களின் செயல்திறனை நிரூபிக்கும் வகையில் செயல்பாடுகள்

மற்றும் விளைவுகள் குறித்த அறிக்கைகளை வழங்குவதோ இல்லை. மையக் குழுவினர் பெரும்பாலான பயன்களைத் தங்களுக்குள் குவித்துக்கொள்வதுடன், சிலர் தங்கள் பதவியின் ஆதிக்கத்தால் நேர்மையற்ற வழிகளில் ஆதாயம் பெறுகின்றனர்.

3. அனைத்து உழவர்களையும் வலுப்படுத்தும் ஒரு மேல்நிலை அமைப்பு அல்லது ஒருங்கிணைந்த இயக்கவிசை இல்லாதது இதற்கான மற்றொரு காரணமாகும். ஏனெனில், இவை தனியார் நிறுவனங்களைப் போல முக்கிய செயல்திறன் குறியீடுகள் (KPIs), எண்ணிக்கையிலான வளர்ச்சி அல்லது தாக்கம் போன்றவற்றை கட்டாயப்படுத்தும் நோக்கில் இயக்கப்படுவதில்லை.

4. உழவர்கள் தங்களின் செயல்பாடுகளைத் தாங்களே நிர்வகிக்கும் திறனைப் பெறுவதற்காக, நீண்டகால அடிப்படையில் திறன் மேம்பாடு மற்றும் தொடர்ச்சியான/போதிய அளவில் வழிகாட்டல் வழங்கப்படுவதில்லை.

5. அரசுத் துறைகளும், ஊழியர்களும் தங்களின் பணி இலக்குகளை நிறைவேற்றுவதிலேயே திருப்தியடைகின்றனர். ஆனால், அதன் விளைவுகளால் உழவர்களின் நிலையில் நல்ல மாற்றம் ஏற்பட்டுள்ளதா என்று சிந்திக்கும் பொறுப்புணர்வு பெரும்பாலும் அவர்களிடம் இல்லை.

மாற்று ஏற்பாடுகள்

உங்கள் கிராம அளவில் ஒரு உழவர் உற்பத்தியாளர் நிறுவனத்தை (உ.உ.நி.) நிறுவுவது சிறந்தது. அது பல காரணங்களால் தாமதமாகக்கூடும், பல தடங்கல்களும் வரக்கூடும் (இந்த ஆசிரியர் அனுபவம் அவ்வாறே அமைந்தது).

ஆனால் அதற்கு சில மாற்று ஏற்பாடுகள் இருக்கின்றன:

1. நீங்கள் உங்கள் மாவட்ட அளவில் உள்ள உ.உ.நி.-தில் இணையக்கூடும். அல்லது நன்றாக ஓடும் பக்கத்து கிராமங்களில் உள்ள உ.உ.நி.-தில் உறுப்பினராகக்கூடும்.
2. செயலில் இல்லாத பல உ.உ.நி.-கள் இருக்கின்றன. அவற்றை நீங்கள் சம்பந்தப்பட்ட அதிகாரிகளின் ஒப்புதலோடு மீட்டெடுத்து உறுப்பினராகி இயக்க முடியும்.
3. இந்த முயற்சிகள் தாற்காலிகமானவையே. இதில் நல்ல அனுபவங்கள் கிடைத்த பிறகு உங்கள் கிராமத்தின் உ.உ.நி.-தை உருவாக்கலாம்.

கால அளவு

'உழவர் தொழிலதிபர்' என்ற தொலைநோக்குப் பார்வையை நனவாக்கும் கால அளவை தோராயமாகக் கூடக் குறிப்பிடுவது உழவர்களின் ஏமாற்றத்தையும் அவநம்பிக்கையையும் உண்டாக்கக்கூடும். இருப்பினும், உழவர்களின் எதிர்பார்ப்புகள் முழுமை அடையும் வண்ணம் ஒரு அளவை குறிப்பது ஞாயமானதாகத் தோன்றுகிறது. முதன்முதலில் ஒன்றிணையும் கிராமங்களுக்கு இலக்கை அடைவதில் தாமதம் ஆகக்கூடும், பிறகு இணையும் கிராமங்களுக்கு இதைவிட முன்பாகவே இலக்குகள் நிறைவேறக்கூடும். அதனால் இதை அப்படியே எடுத்துக்கொள்வதை தவிர்க்கவும்.

உங்கள் கிராமத்தில் இதற்கான கட்டமைப்பை உருவாக்க 1-6 வாரங்கள் ஆகக்கூடும். பிறகு மாவட்ட/மாநில உட்பொருட்களுடன் இணைந்து முதற்கட்ட வணிக செயல்பாடுகளில் ஈடுபட 1-4 வாரங்கள் ஆகக்கூடும். உங்கள் அனுபவங்கள் உங்கள் நம்பிக்கையை அதிகரித்து உங்கள்

செயல் வேகத்தையும் உங்களுள் ஒற்றுமையையும் வலுப்படுத்தும். அதன் வணிக, பொருளாதார பலன்கள் விரைவில் தென்படும், கட்டாயம் வந்தே சேரும். ஆக 2-3 மாதங்களில் இதன் முழுத் திறனும் புரியத் தொடங்கும்.

அடுத்த 2-3 மாதங்களில் மாவட்ட, மாநில அளவில் அடிப்படை கட்டமைப்புகள், செயல்பாடுகள், ஒருங்கிணைப்புகள் சீராகும்.

மொத்தத்தில் 5-6 மாதங்களில் இதற்கான அடிப்படை கட்டமைப்பும், சீரான செயல்பாடுகளும் சிறிய அளவில் நிலைபெற்றிருக்கும்.

ஒரு நல்ல முற்போக்கான மாநிலத்தில் ஒரு வருடத்தில் அனைத்து மாவட்டங்களிலும் இந்த சூழல் அமைப்பு முளைவிட்டிருக்கும்.

நோபல் பரிசு பெற்ற எலினோர் ஓஸ்ட்ரோம்

எலினோர் ஓஸ்ட்ரோம் (Elinor Ostrom) அவர்கள் கவர்னிங் தி காமன்ஸ் (Governing the Commons) என்ற ஆராய்ச்சிக்காக பொருளியல் துறையில் நோபல் பரிசைப் பெற்றவர். அவர் கூறுவது இதுவே: எந்த சமூகங்கள் அவர்களுக்கான விதிகளை அவர்களே வரையறுக்கும் (தேவைப்பட்டால் மாற்றியமைக்கும்) திறன் கொண்டவையோ அந்தச் சமூகங்கள் வெற்றிபெறும். குழுக்கள் எவ்வாறு அமையவேண்டும் என்று அவர் கூறும் பல அம்சங்களும் (சிறிய குழுக்கள், அவர்களே விதிகளை இயற்றுபவர், ம.ப.) இந்தப் புத்தகத்தில் இடம்பெற்றுள்ளன.

பிரார்த்தனை

பலகுடை நீழலும் தங்குடைக்கீழ்க் காண்பர்
அலகுடை நீழ லவர்

பொருள்:

உழவர்கள் உலகை ஆளும் பல நாடுகளின் அரசுகளையும தன் நாட்டின் குடை நிழலின் கீழ் கொண்டு வரும் வலிமை பெற்றவர்கள் ஆவர்.

ஆசிரியர் குறிப்பு

சந்தோஷ் லட்சுமணன் தமிழ்நாட்டின் நீலகிரி மாவட்டத்தில் உள்ள ஒரு சிறிய கிராமத்தைச் சேர்ந்தவர். மென்பொருள் துறையில் சுமார் 10 ஆண்டுகள் பணியாற்றிய பொறியாளரான இவர், உழவர்களின் பிரச்சனைகள் குறித்து எப்போதும் அக்கறையுடனும் விழிப்புணர்வுடனும் இருந்தார்.

2014-ஆம் ஆண்டில், தனது 33-வது வயதில், மாற்றத்திற்கான தனது கோட்பாட்டில் (Theory of Change) பணியாற்றத் தொடங்கினார். விவசாயம் மற்றும் தொழில்முனைவுத் துறைகளில் இரண்டு ஆண்டுகள் ஈடுபட்ட அனுபவத்தின் மூலம், விவசாயத் துயரங்களுக்கு தீர்வுகளை உழவர்களே கண்டறிய முடியும் என்பதில் அவர் உறுதியடைந்தார். மேலும், உழவர்கள் தங்களின் தொழில்களைத் தங்கள் கட்டுப்பாட்டிற்குள் கொண்டு வந்தால், நியாயமான மற்றும் புதிய உலக திசையை தீர்மானிக்க முடியும் என்ற நம்பிக்கையையும் அவர் வளர்த்துக்கொண்டார்.

உழவர்கள் முன்னெப்போதும் கற்பனை செய்யாத வழிகளில், ஒரு பெரிய அளவில் தொழில்முனைவை ஒருங்கிணைக்க முடியும் என்பது அவருக்குத் தெளிவானது. இந்த வழிகளுக்கான மாதிரிகளை அவர் உருவாக்கி, தனது சொந்த மாவட்டத்திலேயே அவற்றை நடைமுறையில் பரிசோதித்தார். உழவு முதல் வணிகம் வரையிலான முழு மதிப்புச் சங்கிலி செயல்முறைகளை (End-to-end value chain processes) அவர் நேரடியாக செயல்படுத்திப் பரிசோதித்தார்: கால்நடைகளை வளர்த்தார், பண்ணை உற்பத்தியை மேற்கொண்டார், விளைபொருட்களைச் சந்தைப்படுத்தி, சில்லறை மற்றும் வணிக வாடிக்கையாளர்களுக்கு விற்பனை செய்தார். மேலும், சில்லறை வணிகம் மூலம் 40 கிராமங்களுக்குப் பொருட்களை விநியோகம் செய்தார்.

ஒரு பல-விற்பனையாளர் ஆன்லைன் சந்தை தளம் (multi-vendor online marketplace), ஒரு ஆன்லைன் சமூக வலைதளம் மற்றும் ஒரு ஆன்லைன் வானொலி நிலையத்தையும் இயக்கினார். இவை அனைத்தும், இத்தகைய பல தளங்களை/ வணிகங்களை உழவர்களே சொந்தமாக நிறுவி பயனுற முடியும் என்பதை அவருக்கு மேலும் உறுதிப்படுத்தின. இந்தச் செயல்பாடுகளுக்குப் பின்னால் உள்ள அடிப்படைக் கொள்கைகள், செயல்பாட்டின் தூண்கள் மற்றும் பொதுவான முறைகளைத்தான் அவர் தனது 'உழவர் தொழிலதிபர்' புத்தகத்தில் சுருக்கமாகத் தொகுத்துள்ளார்.

www.ingramcontent.com/pod-product-compliance
Lightning Source LLC
LaVergne TN
LVHW100332210926
848480LV00003B/1321